ആഫ്രിക്കൻ കഥകൾ
കുട്ടികൾക്ക്

african kadhakal kuttikalkku

•

retold
abdulla perambra

•

first edition
june 2018

•

typesetting & published
chintha publishers, thiruvananthapuram

•

cover & illustration
sacheendran karadukka

വിതരണം

ദേശാഭിമാനി ബുക്ക് ഹൗസ്

H O തിരുവനന്തപുരം–695 035
phone: 0471-2303026, 6063026
www.chinthapublishers.com
chinthapublishers@gmail.com

ബ്രാഞ്ചുകൾ

ഹെഡ്ഡാഫീസ് ബ്രാഞ്ച് കുന്നുകുഴി • സ്റ്റാച്യു തിരുവനന്തപുരം • കെ എസ് ആർ ടി സി ബസ് സ്റ്റേഷൻ ആലപ്പുഴ • കെ എസ് ആർ ടി സി ബസ് സ്റ്റേഷൻ എറണാകുളം • മച്ചിങ്ങൽ ലെയ്ൻ തൃശൂർ • ഐ ജി റോഡ് കോഴിക്കോട് • മാവൂർ റോഡ് കോഴിക്കോട് • എൻ ജി ഒ യൂണിയൻ ബിൽഡിങ് കണ്ണൂർ • സെൻട്രൽ ബസ് ടെർമിനൽ കോംപ്ലക്സ് താവക്കര കണ്ണൂർ

CO - 2671 / 4691
ISBN - 978-93-87842-51-9

ആഫ്രിക്കൻ കഥകൾ കുട്ടികൾക്ക്

(ബാലസാഹിത്യം)

പുനരാഖ്യാനം:
അബ്ദുള്ള പേരാമ്പ്ര

ചിന്ത പബ്ലിഷേഴ്സ്
തിരുവനന്തപുരം-695 035

അബ്ദുള്ള പേരാമ്പ്ര

കോഴിക്കോട് ജില്ലയിലെ പേരാമ്പ്രയിൽ ജനനം. കുറെക്കാലം ഇന്ത്യക്കകത്തും പുറത്തും പ്രവാസജീവിതം നയിച്ചു. ദുബായിൽനിന്നും *ഭാഷ* എന്ന പേരിൽ ഒരു ത്രൈമാസിക എഡിറ്റ് ചെയ്തിറക്കി. കവി, നോവലിസ്റ്റ്, ബാലസാഹിത്യകാരൻ, വിവർത്തകൻ, കോളമിസ്റ്റ് എന്നീ നിലകളിൽ ശ്രദ്ധേയൻ.

ബാലസാഹിത്യമടക്കം 30 ലധികം കൃതികൾ. *നൽബാരിയിലെ അമ്മ* എന്ന നോവൽ കുട്ടികൾക്കുള്ള സിനിമയായിട്ടുണ്ട്. ആകാശവാണിക്കും ആൽബങ്ങൾക്കും ഗാനങ്ങൾ രചിക്കുന്നു. കഥയ്ക്കും കവിതയ്ക്കും ബാലസാഹിത്യത്തിനുമായി പതിനഞ്ച് പുരസ്കാരങ്ങൾ.

ഇപ്പോൾ കോഴിക്കോട് ഒരു പബ്ലിക്കേഷനിൽ സബ് എഡിറ്ററായി സേവനം ചെയ്യുന്നു.

വിലാസം : മേഞ്ഞാണ്യം (തപാൽ)
പേരാമ്പ്ര 673525
കോഴിക്കോട്
ഫോൺ : 9846323768
ഇമെയിൽ : abdulaperambra@gmail.com

ഉള്ളടക്കം

പ്രസാധകക്കുറിപ്പ്

കവി, നോവലിസ്റ്റ്, ബാലസാഹിത്യകാരൻ, വിവർത്തകൻ, കോളമിസ്റ്റ് എന്നീ നിലകളിൽ പ്രശസ്തനാണ് അബ്ദുള്ള പേരാമ്പ്ര. അദ്ദേഹത്തിന്റെ ഈ കൃതി കുട്ടികൾ തീർച്ചയായും വായിച്ചിരിക്കേണ്ടതാണ്. 15 ആഫ്രിക്കൻ കഥകളുടെ പുനരാഖ്യാനമാണ് ഈ പുസ്തകത്തിൽ. കുട്ടികൾക്ക് തനിയെ വായിച്ചുപോകാവുന്നതാണ് എല്ലാ കഥകളും. ആഫ്രിക്കൻ ഭൂഖണ്ഡത്തിലെ കഥകൾ കുട്ടികൾക്ക് പുതിയൊരു വായനാനുഭവം സമ്മാനിക്കുമെന്ന് ഞങ്ങൾക്കുറപ്പുണ്ട്.

ചിന്ത പബ്ലിഷേഴ്സ്

ആരാണ് രാജാവ്

ഒരു ആഫ്രിക്കൻ രാജ്യമായ സിംബാവെയിൽ നിറയെ കാടുള്ള ഒരു പ്രദേശമുണ്ടായിരുന്നു. പലതരം മൃഗങ്ങൾ തമ്മിൽ പോരടിച്ചും കൊന്നും കഴിയുന്ന കാലം. കാട്ടിലെ രാജാവ് താനാണെന്നാണ് സിംഹം വീമ്പടിച്ചു നടന്നിരുന്നത്. ഇത് പല ചെറിയ ചെറിയ മൃഗങ്ങൾക്കും ഒരു ശല്യമായി. എന്നാൽ അതൊന്നും സിംഹം കാര്യമാക്കിയില്ല.

ഒരു വൈകുന്നേരം സിംഹം തന്റെ പതിവു നടത്തത്തിലായിരുന്നു. വഴിക്കുവെച്ച് സിംഹം ഒരു കുരങ്ങനെ കണ്ടു. ഒരു അത്തിമരക്കൊമ്പിൽ കുന്തിച്ചിരിക്കുകയായിരുന്ന കുരങ്ങനോട് സിംഹം ഒറ്റ ചോദ്യം:

"ആരാണ് കാട്ടിലെ രാജാവ്?"

കേൾക്കേണ്ട താമസം കുരങ്ങച്ചൻ സിംഹത്തിന്റെ മുന്നിൽ ഒന്നു താഴ്മയോടെ വണങ്ങിക്കൊണ്ട് പറഞ്ഞു:

"അങ്ങ് തന്നെ. അതിനെന്ത് സംശയം."

തൃപ്തനായ സിംഹം കുരങ്ങച്ചനെ ഇടംകണ്ണിട്ട് നോക്കി മുന്നോട്ടു നടന്നു. അപ്പോൾ ആ വഴി ഒരു ചെന്നായ പതിയെ നടന്നുവരുന്നതു കണ്ടു. പെട്ടെന്ന് സിംഹം നിന്നു. എന്നിട്ട് ഒരു വട്ടം അലറിക്കൊണ്ട് പഴയ ചോദ്യം ആവർത്തിച്ചു. "ആരാണ് കാട്ടിലെ രാജാവ്" ഒട്ടും സംശയിക്കാതെ ചെന്നായയും "അങ്ങുതന്നെ"

എന്ന മറുപടി നല്കി. സിംഹത്തിന് സന്തോഷമായി.

പക്ഷേ, ആ സന്തോഷം ആനയെ കണ്ടപ്പോൾ ഇല്ലാതായി. ഒരു പടുമരത്തിന്റെ ചുവട്ടിൽ മണ്ണിൽ കുളിച്ചും ഇലകൾ തിന്നും നില്ക്കുന്ന കൊമ്പനാനയെ കണ്ടമാത്രയിൽ ശബ്ദം ഒട്ടൊന്നു കനപ്പിച്ച് സിംഹം തന്റെ ചോദ്യം ആനയോടായി. ആനയാവട്ടെ സിംഹത്തെ അവഗണിച്ചുകൊണ്ട് വലിയൊരു മരത്തിന്റെ കൊമ്പ് ഒറ്റപ്പിടുത്തത്തിന് താഴേക്കിട്ട് ചവിട്ടിയൊടിച്ച് തിന്നാൻ തുടങ്ങി. തന്നെ ശ്രദ്ധിക്കാതെയുള്ള ആനയുടെ നില്പും ഭാവവും സിംഹത്തിന് പിടിച്ചില്ല.

പെട്ടെന്ന് ദേഷ്യം വന്ന സിംഹം തല ഉയർത്തിപ്പിടിച്ച് അല്പം മുന്നോട്ടേക്കു നടന്നു. എന്നിട്ട് ഉച്ചത്തിൽ തന്റെ ചോദ്യം ആവർത്തിച്ചു:

"ആരാണ് കാട്ടിലെ രാജാവെന്ന് എത്ര തവണ ചോദിക്കണം തന്നോട്? എനിക്ക് ഒരു ഉത്തരമാണ് വേണ്ടത്."

പറഞ്ഞു തീർന്നില്ല. അപ്പോഴേക്കും ആന തന്റെ തുമ്പിക്കൈ നീട്ടി സിംഹത്തെ ചുഴറ്റിപ്പിടിച്ചു. ശേഷം ആഞ്ഞൊരു ഏറ്. ഒരു മരത്തിന്റെ തടിയിൽ കൊണ്ട് സിംഹം നിലത്തേക്കു വീണു. ആ വീഴ്ചയിൽ ഞരങ്ങിക്കൊണ്ട് എഴുന്നേല്ക്കാൻ ഒരു ശ്രമം സിംഹം നടത്തിയെങ്കിലും, ആന അപ്പോഴേക്കും അടുത്തെത്തിക്കഴിഞ്ഞിരുന്നു. കാലുയർത്തി ആന സിംഹത്തെ ആഞ്ഞു തൊഴിച്ചു. ഒരു പാറക്കെട്ടിൽ തലയടിച്ച് സിംഹം വീണു.

എങ്ങനെയോ ആനയുടെ പിടുത്തത്തിൽനിന്നും ഒഴിഞ്ഞു മാറി സിംഹം ദൂരേക്കു നീങ്ങി. എന്നിട്ട് ദയനീയതയോടെ ആനയെ നോക്കി സിംഹം പറഞ്ഞു:

"അല്ല അല്ല. താങ്കൾ ഇത്രയും ക്രൂരനാവേണ്ടതില്ല. എന്റെ ചോദ്യത്തിന് അങ്ങേയ്ക്ക് ഉത്തരം അറിയില്ലെങ്കിൽ സാരമില്ല. ഞാൻ പോയ്ക്കോളാം."

സിംഹം വേച്ചു, വേച്ചു അവിടെനിന്നും സ്ഥലം കാലിയാക്കി.

പൂച്ചയും എലിയും

ഘാനയിലെ ഒരു വീട്ടിൽ ഒരു പൂച്ച താമസിച്ചിരുന്നു. ചെറുപ്പകാലത്ത് വിരുതനായിരുന്നു അവൻ. രാവും പകലും എലികളെ പിടിച്ചും പക്ഷികൾക്കു പിറകെ പാഞ്ഞും അവൻ തിമിർത്തു നടന്നിരുന്നു. വെളുത്ത പഞ്ഞിക്കെട്ടുപോലെയുള്ള ആ പൂച്ചയെ വീട്ടുകാർക്കും ഇഷ്ടമായിരുന്നു. ഓമനിച്ചും ലാളിച്ചുമാണ് അവർ അവനെ വളർത്തിയിരുന്നത്.

പക്ഷേ, ഇന്നവനെ ആർക്കും ഇഷ്ടമില്ല. വീട്ടുകാർ അവനെ ഒരധികപ്പറ്റായാണ് കാണുന്നത്. എലികളും പക്ഷികളും അവനെ കാണുമ്പോൾ പരിഹസിച്ച് ചിരിക്കാൻ തുടങ്ങും. തന്റെ വാർദ്ധക്യത്തെ പൂച്ചയും ശപിച്ചുതുടങ്ങിയിരുന്നു. ഓടാനോ ചാടാനോ കഴിയാതെ വൃദ്ധനായ ആ പൂച്ച ഉമ്മറത്തങ്ങനെ ഇരിക്കും.

പഴയ കാലം പോലെയല്ല. വിശക്കുമ്പോൾ അന്നൊക്കെ ഇഷ്ടംപോലെ എലികളെ പിടിച്ചു തിന്നാമായിരുന്നു. ഇന്നിപ്പോൾ ഒരു നേരം വല്ലതും കിട്ടിയാലായി.

ഒരിക്കൽ പൂച്ചയ്ക്ക് ഒരാശയം തോന്നി. ഇങ്ങനെ വെറുതെയിരുന്നിട്ട് കാര്യമില്ല. എന്തെങ്കിലും ആശയം പ്രയോഗിച്ച് എലികളെ ശാപ്പിടുകയേ നിവൃത്തിയുള്ളൂ. ഇല്ലെങ്കിൽ വിശന്നു പൊരിയും. പൂച്ച കരുതി.

അങ്ങനെ അവൻ വീടിന്റെ പിന്നാമ്പുറത്ത് മരിച്ചപോലെ കിടപ്പായി. ഇത് നെൽമണി തിന്നുകയായിരുന്ന ഒരെലിയുടെ ശ്രദ്ധയിൽപ്പെട്ടു. എലി തന്റെ സുഹൃത്തുക്കളെയെല്ലാം വിവരമറിയിച്ചു.

“നമ്മുടെ ക്രൂരൻ പൂച്ച ചത്തിരിക്കുന്നു. കാണണമെങ്കിൽ എല്ലാവരും വരിക.”

അവൻ വിളിച്ചുകൂവി. എലികളെല്ലാം തിടുക്കത്തിൽ മാളത്തിൽനിന്നും പുറത്തേക്കിറങ്ങി. വരിവരിയായി അവർ പൂച്ചയെ കാണാനെത്തി. തുടർന്ന് ചത്തുകിടക്കുന്ന പൂച്ചയ്ക്കു ചുറ്റും അവർ പാട്ടുപാടാനും നൃത്തം ചെയ്യാനും തുടങ്ങി.

“ക്രൂരൻ ക്രൂരൻ പൂച്ച ചത്തേ. ഞങ്ങൾക്കൊക്കെ സുഖമായേ...”

അവർ നൃത്തം ചെയ്തുകൊണ്ട് ഉച്ചത്തിൽ, ഉച്ചത്തിൽ വിളിച്ചുകൂവി. അപ്പോഴേക്കും പല ദിക്കിൽനിന്നും എലികൾ അവിടേക്കു വന്നുകൊണ്ടിരുന്നു.

പൂച്ച അനങ്ങാതെ കിടക്കുകയാണ്. ഈ നേരം കൂട്ടത്തിൽ നിന്നും ഒരെലി പൂച്ചയുടെ നെഞ്ചിലും മുഖത്തും കയറിയിരുന്ന് പാട്ട് പാടാൻ തുടങ്ങി. ഈ തക്കം നോക്കി പൂച്ച ചാടി എഴുന്നേല്ക്കുകയും എലിയെ തന്റെ കൈകൾക്കിടയിൽ ഭദ്രമായി പിടിക്കുകയും ചെയ്തു. പൂച്ചയുടെ കൈയിൽ കിടന്ന് എലി വേദനയോടെ കൈകാലിട്ടടിക്കാൻ തുടങ്ങി. അപ്രതീക്ഷിതമായ പൂച്ചയുടെ ആക്രമണം എലി പ്രതീക്ഷിച്ചിരുന്നില്ല.

ഈ സമയം ഭയന്നു വിറച്ചുപോയ ചങ്ങാതി എലികൾ നാലുപാടും ചിതറിയോടി.

“ചങ്ങാതിമാരെ, മറ്റാരെ വിശ്വസിച്ചാലും ഒരിക്കലും ഒരു പൂച്ചയെ വിശ്വസിച്ചുപോവരുതേ...”

പൂച്ചയുടെ കൈകളിൽ കിടന്ന് പിടയുന്ന എലി മറ്റ് എലികളോട് വിളിച്ചു പറയാൻ മറന്നില്ല.

കൗശലക്കാരനായ ചെന്നായ

ആഫ്രിക്കയിലെ സുലു എന്ന പ്രദേശം വലിയ കാടും പാറക്കെട്ടുകളും നിറഞ്ഞ പ്രദേശമായിരുന്നു. ഒരുനാൾ ആ കാട്ടിലൂടെ ഒരു ചെന്നായ നടന്നുപോവുകയായിരുന്നു. ചെങ്കുത്തായ വഴിയാണ്. ഇരുവശവും ഇപ്പോൾ വീഴും എന്ന മട്ടിൽ വലിയ പാറക്കെട്ടുകൾ!

അലസമായ ആ നടത്തത്തിനിടയിൽ വല്ലതും ഭക്ഷിക്കാൻ കിട്ടുമോ എന്ന ചിന്തയിലായിരുന്നു ചെന്നായ. അവനാണെങ്കിൽ നന്നായി വിശക്കുന്നുമുണ്ട്. എന്നാൽ ഒരു എലി, ചെറിയൊരു പല്ലി എന്നീ നിസ്സാരമായ ചില ജീവികളെ മാത്രമേ ചെന്നായയ്ക്ക് കാണാൻ കഴിഞ്ഞുള്ളൂ.

പെട്ടെന്നാണ് ചെന്നായയുടെ തൊട്ടു മുന്നിൽ ഒരു സിംഹം പ്രത്യക്ഷപ്പെട്ടത്. പലപ്പോഴായി സിംഹത്തെ കബളിപ്പിച്ചിട്ടുണ്ട് ചെന്നായ. കുറെ കാലത്തിനു ശേഷമാണ് സിംഹത്തെ മുഖാമുഖം കാണുന്നത്. ഇത്തവണ രക്ഷയില്ലെന്ന് ചെന്നായയ്ക്ക് തോന്നി. എന്തെങ്കിലും ആശയം പെട്ടെന്ന് പ്രയോഗിച്ചില്ലെങ്കിൽ മരണം ഉറപ്പ്. ചെന്നായയ്ക്ക് പേടിയായിത്തുടങ്ങി.

അപ്പോഴാണ് ചെറിയൊരു ആശയം ചെന്നായയുടെ തലയിൽ മിന്നിയത്.

“രക്ഷിക്കൂ, രക്ഷിക്കൂ...”

ചെന്നായ കരയാൻ തുടങ്ങി. ചെങ്കുത്തായ പാറക്കെട്ടുകളെ നോക്കിയാണ് ചെന്നായയുടെ കരച്ചിൽ.

സിംഹം കരച്ചിൽ കേട്ട് പൊടുന്നനെ നിന്നു.

“എന്നെ രക്ഷിക്കൂ...”

ചെന്നായ വീണ്ടും ഒച്ചവെച്ചു. എന്നിട്ട് സിംഹത്തെ നോട്ടമിട്ട് ഇങ്ങനെ പറഞ്ഞു:

“നോക്കൂ, നമുക്ക് മീതെയുള്ള പാറക്കെട്ടുകൾ. ഇവ ഏതു നിമിഷവും താഴേക്കു പതിക്കാം. നമ്മൾ രണ്ടുപേരും ചാവും. അതുകൊണ്ട് ചേട്ടൻ പാറയെ താങ്ങിനിന്നോളൂ. ഞാൻ മുകളിൽ പോയി നോക്കിയിട്ടു വരാം.”

കൈകൾ രണ്ടും തലയ്ക്കു കൊടുത്തുകൊണ്ടാണ് ചെന്നായ കരയുന്നത്. അന്നേരം സിംഹം മുകളിലോട്ട് നോട്ടമയച്ചു. നേരാണ്. കിഴക്കാംതൂക്കായി വീഴാൻ തക്കവണ്ണം പാറക്കല്ലുകൾ... സിംഹം ഞൊടിയിടയിൽ തന്റെ തലയും പുറംഭാഗവും കൊണ്ട് ഒരു പാറയെ താങ്ങിനില്പായി.

“സന്തോഷമായി, ഞാനാണ് യഥാർത്ഥ രാജാവ്. പ്രജകളെ സ്നേഹിക്കുന്ന രാജാവ്. ഞാനിപ്പോൾ തന്നെ ഒരു കയറുമായി വരാം. എന്നിട്ട് നമുക്കൊന്നിച്ച് ഈ പാറകളെ വരിഞ്ഞു കെട്ടാം.”

അത്രയും പറഞ്ഞ് ചെന്നായ വേഗത്തിൽ കാട്ടിലേക്ക് മറഞ്ഞു. ചെന്നായയുടെ മറ്റൊരു തന്ത്രമാണ് ഇതെന്ന് അറിയാതെ സിംഹം പാറയെ താങ്ങി അങ്ങനെ നിന്നു.

ആൾക്കുരങ്ങും വരയൻ കുതിരയും

ആദിമ കാലത്ത് ഭൂമിയിൽ അതികഠിനമായ ചൂടായിരുന്നു വത്രെ! ആഫ്രിക്കൻ ഭൂഖണ്ഡത്തിന്റെ കാര്യം പിന്നെ പറയേണ്ട തില്ലല്ലോ. ഒരു ആഫ്രിക്കൻരാജ്യമായ നമീബിയയിൽ അത്യു ഷ്ണം അനുഭവപ്പെടുന്ന കാലം. വെയിലിൽ മരങ്ങളെല്ലാം ഉണ ങ്ങിയും അരുവികളൊക്കെ വറ്റിയും കാണപ്പെട്ടു. ഒരിറ്റ് ദാഹ നീരിനു വേണ്ടി മൃഗങ്ങളും പക്ഷികളും നെട്ടോട്ടമോടുകയാണ്.

അങ്ങനെയിരിക്കെ, അത്ഭുതമെന്നു പറയട്ടെ മരുഭൂമിയിൽ ഒരിടത്ത് ചെറിയ നീരുറവ പ്രത്യക്ഷപ്പെട്ടു. ഇത് ആദ്യം കണ്ടത് വെള്ളം തേടി നടക്കുകയായിരുന്ന ഒരു ആൾക്കുരങ്ങാണ്. ഈ കാര്യം ആൾക്കുരങ്ങ് ഒരു രഹസ്യമായി വയ്ക്കുകയും നീരുറ വയ്ക്ക് കാവൽ നില്ക്കാനും തുടങ്ങി. ഏതെങ്കിലും മൃഗം അങ്ങോട്ടേക്കു വന്നാൽ ആൾക്കുരങ്ങ് ശബ്ദമുണ്ടാക്കി ചാടും. എന്നിട്ടു പറയും:

“ഈ നീരുറവ എന്റേതാണ്. ഇവിടെനിന്നും വെള്ളം കുടി ക്കാൻ ഞാൻ ആരെയും അനുവദിക്കില്ല.”

വെള്ളം കുടിക്കാൻ വന്ന പല മൃഗങ്ങളും അങ്ങനെ നിരാശ യോടെ തിരിച്ചുപോകും. ആൾക്കുരങ്ങ് അവരെ നോക്കി തൊണ്ണ കാട്ടി പരിഹസിക്കുകയും ചെയ്യും. ഇത് കുറെ കാലം തുടർന്നു.

എങ്ങനെയോ ഒരു വരയൻകുതിര നീരുറവയെക്കുറിച്ച് മനസ്സിലാക്കി. അങ്ങനെ വെള്ളം കുടിക്കാനായി കുതിര സ്ഥലത്തെത്തിയപ്പോൾ ആൾക്കുരങ്ങ് തടഞ്ഞു.

"ആരാണ് നീ? നിനക്കെന്തു വേണം?"

കുരങ്ങ് ചോദിച്ചു. വരയൻകുതിര കേട്ട ഭാവം നടിക്കാതെ നീരുറവയ്ക്കു നേരെ നടന്നു. എന്നിട്ട് പറഞ്ഞു:

"ഇത് നിന്റെ മാത്രം ജലമല്ല. കാട്ടിലെ എല്ലാ മൃഗങ്ങൾക്കും വേണ്ടിയുള്ളതാണ്. നിന്നെപ്പോലെയുള്ള വൃത്തികെട്ട ഒരു കുരങ്ങിന് എന്തവകാശമാണ് ഇവിടെയുള്ളത്?"

ഇതു കേട്ടപ്പോൾ ആൾക്കുരങ്ങിന് കലി കയറി. അവൻ കുതിരയെ യുദ്ധത്തിന് വെല്ലുവിളിച്ചു. കുതിരയും വിട്ടുകൊടുത്തില്ല. അതോടെ ഇരുവരും പൊരിഞ്ഞ പോരാട്ടമായി. നിലത്ത് വീണ് ഉരുണ്ടും കെട്ടിമറിഞ്ഞും ആ പോർവിളി തുടർന്നു. ഒടുവിൽ വരയൻകുതിരയുടെ കനത്ത ഒരു തൊഴിയേറ്റ് ആൾക്കുരങ്ങ് ദൂരേക്ക് തെറിച്ചുപോയി. എന്നിട്ടും വിട്ടുകൊടുക്കാതെ ആൾക്കുരങ്ങ് മുന്നോട്ടു കുതിച്ചു. പക്ഷേ, കുതിരയുടെ തൊഴി തുടർന്നു.

അപ്പോഴാണ് ഒരബദ്ധം പിണഞ്ഞത്. ആൾക്കുരങ്ങിനെ കാലെടുത്ത് തൊഴിക്കുന്നതിനിടയിൽ കുതിരയുടെ ബാലൻസ് ഒന്നു തെറ്റി. രാത്രിയിലെ മഞ്ഞിനെ തടുക്കാൻ വേണ്ടി ആൾക്കുരങ്ങ് കത്തിച്ചുവെച്ച തീക്കുണ്ഡത്തിലാണ് അവൻ കാൽ തെറ്റി വീണത്. അക്കാലത്ത് വരയൻകുതിരയുടെ നിറം നല്ല പഞ്ഞിപോലെ വെളുത്തിട്ടായിരുന്നു. ഇന്നത്തെപ്പോലെ വെളുപ്പിൽ കറുത്ത വരകളുണ്ടായിരുന്നില്ല.

തീയിൽനിന്നും പിടഞ്ഞെഴുന്നേല്ക്കാൻ കുതിര പലവുരു ശ്രമിച്ചെങ്കിലും ആൾക്കുരങ്ങ് ഒരു വിറകിൻകൊള്ളിയെടുത്ത് കുതിരയെ തലങ്ങും വിലങ്ങും അടിക്കാൻ തുടങ്ങി. അത്തരം അടികളുടെ പാടുകളാണ് വരയൻ കുതിരയുടെ ശരീരത്തിൽ ഇന്ന് നാം കാണുന്ന വരകൾ.

ഇതിനിടയിൽ ആൾക്കുരങ്ങിന് ശക്തമായ ഒരു തൊഴി കുതിരയിൽ നിന്നും കിട്ടി. അതിന്റെ ആഘാതത്തിൽ കുരങ്ങ് ദൂരേക്ക്

തെറിച്ചു. ചുട്ടുപൊള്ളുന്ന ഒരു പാറയ്ക്കു മുകളിലാണ് കുരങ്ങ് ചെന്നു വീണത്. പിന്നത്തെ കഥ പറയണോ? പാറയ്ക്കു മീതെ പതിച്ച പിൻഭാഗത്തെ രോമം മുഴുവൻ കരിഞ്ഞുപോയി. ആൾക്കുരങ്ങിന്റെ പൃഷ്ഠഭാഗം കണ്ടിട്ടില്ലേ, രോമം കൊഴിഞ്ഞ് ആകെ ചുവന്നു കിടക്കുന്നത്. അന്നത്തെ വീഴ്ചയിൽ പറ്റിയ താണത്.

നായാട്ടുകാരനും കടുവക്കുട്ടികളും

പണ്ട് ആഫ്രിക്കയിൽ ഒരു നായാട്ടുകാരനുണ്ടായിരുന്നു. അയാൾ മൃഗങ്ങളെ വേട്ടയാടിയാണ് കഴിഞ്ഞിരുന്നതെങ്കിലും മഹാമടിയനായിരുന്നു. ഏതെങ്കിലും മരത്തിന്റെ ചുവട്ടിൽ ദിവാസ്വപ്നങ്ങൾ കണ്ട് സമയം പോക്കുകയായിരുന്നു അയാൾ പലപ്പോഴും ചെയ്തിരുന്നത്. നന്നായി വിശക്കുമ്പോൾ മാത്രം വല്ല കിളിയെയോ മുയലിനെയോ വേട്ടയാടി പിടിച്ചാലായി.

ഒരുനാൾ വേട്ടക്കാരൻ കാട്ടിൽ വിശ്രമിക്കുകയായിരുന്നു. അയാൾക്ക് നന്നായി വിശന്നിരുന്നെങ്കിലും മൃഗങ്ങളെ വേട്ടയാടാതെ വെറുതെ ഓരോ കാഴ്ചകൾ കണ്ട് അങ്ങനെ ഇരുന്നു. ആ ഇരിപ്പിലാണ് വേട്ടക്കാരൻ അത് കാണുന്നത്. കുറച്ചകലെയായി കുറ്റിക്കാട്ടിൽ നാലോളം കടുവക്കുട്ടികൾ. അവ അമ്മക്കടുവയുടെ വരവും കാത്ത് ഇരിക്കുകയാണെന്ന് വേട്ടക്കാരൻ മനസ്സിലാക്കി. കുറച്ചു നേരം കഴിഞ്ഞപ്പോൾ ദൂരെ നിന്നും കടുവ ഒരു മാനിനെയും കടിച്ചുപിടിച്ച് മക്കളുടെ അരികിലേക്ക് വന്നു. അതിന്റെ ജീവൻ വെടിഞ്ഞിരുന്നു. കഴുത്തിലൂടെ രക്തം ഒലിക്കുന്നുണ്ട്.

അമ്മയെ കണ്ടപ്പോൾ കടുവക്കുട്ടികൾ തുള്ളിച്ചാടാൻ തുടങ്ങി. വിശന്നിരിക്കുന്ന മക്കളുടെ മുന്നിലേക്ക് മാനിനെ വെച്ച് അമ്മ ദൂരേക്ക് മാറിനിന്നു. ആർത്തിയോടെ കടുവക്കുട്ടികൾ മാനി

റച്ചി തിന്നാൻ തുടങ്ങി. ഇതു കണ്ടപ്പോൾ വേട്ടക്കാരന് ഒരു ആശയം തോന്നി. ഈ കടുവക്കുട്ടികളെ മോഷ്ടിക്കണം. എന്നിട്ട് വീട്ടിൽ കൊണ്ടുപോയി വളർത്താം. വലുതായാൽ ഇവ വേട്ടയാടി തനിക്ക് മാംസം കൊണ്ടുത്തരും. അങ്ങനെയാവുമ്പോൾ വെറുതെ ഇരുന്ന് മൃഷ്ടാന്നം തിന്നാം.

കടുവ കാട്ടിലേക്ക് തിരിച്ചുപോയ തക്കം നോക്കി വേട്ടക്കാരൻ കടുവക്കുട്ടികളെ പതുങ്ങിച്ചെന്ന് പിടികൂടി. ആദ്യം അവ പ്രതിരോധിച്ചു നോക്കിയെങ്കിലും വേട്ടക്കാരന്റെ ശക്തമായ പിടുത്തത്തിൽ അവ ഒതുങ്ങിനിന്നു. അങ്ങനെ കടുവയുമായി അയാൾ തന്റെ കുടിലിലെത്തി.

സന്ധ്യയായതോടെ കടുവ കാട്ടിൽനിന്നും തിരിച്ചെത്തി. കുറ്റിക്കാട്ടിൽ തന്റെ മക്കളെ കാണാതെ കടുവ കരയാൻ തുടങ്ങി. കരഞ്ഞ്, കരഞ്ഞ് അതിന്റെ കണ്ണീർ വറ്റി. ഒച്ചവെച്ച് ശബ്ദം മാറി. മക്കളെ അന്വേഷിച്ച് കടുവ കാട്ടിൽ മുഴുവൻ അലഞ്ഞു. വേട്ടക്കാരനാണ് തന്റെ മക്കളെ കടത്തിക്കൊണ്ടുപോയതെന്ന് അതിനുണ്ടോ അറിയുന്നു. കടുവ പിന്നെയും പിന്നെയും കരഞ്ഞു.

കടുവയുടെ നിർത്താതെയുള്ള കരച്ചിൽ ഒരു വൃദ്ധൻ കേൾക്കാനിടയായി. അയാൾ ബുദ്ധിമാനും മൃഗങ്ങളുടെ വഴികളും അവയുടെ പെരുമാറ്റത്തിലെ പ്രത്യേകതകളും അറിയുന്ന ഒരാളായിരുന്നു. വൃദ്ധന്റെ വീടിനപ്പുറമായിരുന്നു വേട്ടക്കാരന്റെ കുടിൽ. കാട്ടിൽനിന്നും വേട്ടക്കാരൻ എന്തോ ഒന്നിനെ കൈയിൽ തൂക്കിപ്പിടിച്ച് വരുന്നത് വൃദ്ധൻ കണ്ടതാണ്. അത് കടുവയുടെ മക്കളായിരിക്കുമെന്ന് വൃദ്ധൻ ഊഹിച്ചു. നഷ്ടപ്പെട്ട മക്കളെയോർത്താവും കടുവ കരയുന്നതെന്ന് വൃദ്ധൻ മനസ്സിലാക്കി. വേട്ടക്കാരൻ കാട്ടുമൃഗങ്ങളെ മോഷ്ടിക്കുന്നത് ആഫ്രിക്കയിൽ നാട്ടുനടപ്പല്ല. അതിനാൽ വൃദ്ധന് ദേഷ്യം വന്നു.

അങ്ങനെ പിറ്റേന്ന് പുലർച്ചെ തന്നെ വൃദ്ധൻ തന്റെ ഗ്രാമത്തിലെത്തി സംഭവിച്ചതെല്ലാം മറ്റുള്ളവരെ അറിയിച്ചു. കേട്ടപാതി അവർക്കും വേട്ടക്കാരനോട് വെറുപ്പും ദേഷ്യവും തോന്നി. അവർ സംഘടിച്ചുവന്നു അയാളെ വിരട്ടിയോടിച്ചു. പിന്നെ ഒട്ടും വൈകാതെ വൃദ്ധൻ കടുവക്കുട്ടികളെയുമെടുത്ത് കാട്ടിലേക്ക്

തിരിച്ചു. മക്കളെ കാണാതെ കടുവ കണ്ണീരൊഴുക്കി ഒരു മരച്ചുവട്ടിൽ ഇരിക്കുന്നുണ്ടായിരുന്നു. കടുവക്കുട്ടികളെ തിരിച്ചുകിട്ടിയതിൽ കടുവ ഏറെ സന്തോഷിച്ചു.

കടുവയുടെ കണ്ണിനു താഴെയുള്ള കറുപ്പു വരകൾ കണ്ടിട്ടില്ലേ? അത് തന്റെ മക്കളെ നഷ്ടപ്പെട്ടതറിഞ്ഞ് കരഞ്ഞ കടുവയുടെ കണ്ണീർപ്പാടുകളാണത്രെ!

പാമ്പും തവളയും

പണ്ട്, പണ്ട് ആഫ്രിക്കൻ കാട്ടിൽ ഒരു കുഞ്ഞുപാമ്പും അമ്മയും താമസിച്ചിരുന്നു. അവരുടെ മാളത്തിന്റെ അടുത്തായി ഒരു തവളയും കുഞ്ഞും പാർത്തുവന്നു. ഒരുനാൾ പാമ്പിൻ കുട്ടിക്ക് കാട് ചുറ്റിക്കാണാൻ കൊതിയായി. അമ്മയെ വിട്ട് കുഞ്ഞ് പുറത്തേക്കിറങ്ങാൻ തുടങ്ങുമ്പോൾ അമ്മപ്പാമ്പ് പറഞ്ഞു:

"മോനേ, ചുറ്റിലും നീളൻ കൊക്കുകളും കൂർത്ത നഖങ്ങളുമുണ്ട്; മൂർച്ചയുള്ള ആയുധങ്ങളുമായി മനുഷ്യരുണ്ട്. സൂക്ഷിക്കണം."

കുഞ്ഞുപാമ്പ് അമ്മയെ അനുസരിച്ച് തലയാട്ടി. ഈ സമയം കാട് ചുറ്റിക്കാണാൻ വേണ്ടി തവളക്കുഞ്ഞും ഒരുങ്ങി നില്ക്കുകയായിരുന്നു. അമ്മത്തവളയോട് കുഞ്ഞിത്തവള സമ്മതം ചോദിച്ചപ്പോൾ തവള പറഞ്ഞു:

"മോളേ, കാട്ടിനുള്ളിൽ പാമ്പുകളും മനുഷ്യരുമുണ്ട്. അവരെ സൂക്ഷിക്കണം."

തവളക്കുഞ്ഞ് സമ്മതഭാവത്തിൽ തലയാട്ടി അമ്മയോട് യാത്ര പറഞ്ഞിറങ്ങി.

കാട്ടിലൂടെ തവളക്കുഞ്ഞും പാമ്പിൻകുഞ്ഞും കാഴ്ചകൾ ഓരോന്ന് കണ്ട് നടന്നു. അല്പനേരം കഴിഞ്ഞ് തിരിച്ചുപോവു

മ്പോഴാണ് തവളക്കുഞ്ഞ് പാമ്പിൻകുഞ്ഞിനെ കണ്ടത്. കണ്ട മാത്രയിൽ അവർ ചങ്ങാതിമാരായി. അങ്ങനെ അവർ പല കളികളും കളിക്കാൻ തുടങ്ങി. ആദ്യം പാമ്പ് തവളയെപ്പോലെ ചാടിച്ചാടി നടക്കാൻ പഠിച്ചു. തവളയാവട്ടെ പാമ്പിനെപ്പോലെ ഇഴഞ്ഞു നടക്കാനും മാളത്തിൽ ഒളിച്ചു കടക്കാനും പഠിച്ചു.

ഒടുവിൽ അവർ തങ്ങളുടെ താമസസ്ഥലത്തെത്തി. പാമ്പിൻ കുഞ്ഞിനെ കാണാതെ പാമ്പും, തവളക്കുഞ്ഞിനെ കാണാതെ തവളയും വിഷമിച്ചിരിക്കുകയായിരുന്നു. അമ്മയെ കണ്ടമാത്രയിൽ പാമ്പിൻകുഞ്ഞ് നടന്നതെല്ലാം വിവരിച്ചു. തവളക്കുഞ്ഞ് തന്റെ അമ്മയോടു കാര്യങ്ങൾ പറഞ്ഞു. അപ്പോൾ പാമ്പിൻ കുഞ്ഞിനോട് പാമ്പ് പറഞ്ഞു:

“മകനേ, ഒരിക്കലും നീ തവളയെപ്പോലെ ചാടിച്ചാടി നടക്കുകയോ, അവനെപ്പോലെ കരയുകയോ ചെയ്യരുത്. അത് നമ്മുടെ രീതിയല്ല.”

അമ്മത്തവള ഇങ്ങനെയാണ് തവളക്കുട്ടിയോട് പറഞ്ഞത്:

“മോളേ, നീ ഒരു പാമ്പിനെ പോലെ ഇഴഞ്ഞു കളിച്ചെന്ന് പറഞ്ഞപ്പോൾ എനിക്ക് ലജ്ജ തോന്നുന്നു. മാളത്തിൽ കയറി ഒളിച്ചെന്ന് നീ പറഞ്ഞപ്പോൾ എനിക്കുണ്ടായ കോപം. അതൊന്നും നമ്മുടെ രീതിയല്ല. ഇനിയൊരിക്കലും നീ പാമ്പിന്റെ കൂട്ട് കൂടരുത്.”

അങ്ങനെയാണത്രെ പാമ്പും തവളയും ശത്രുക്കളായത്.

സിംഹവും മാനും

ഒരു കാട്ടിൽ ഒരു സിംഹവും മാനും താമസിച്ചിരുന്നു.

അവർ ചെറുപ്പത്തിലേ ഉറ്റ ചങ്ങാതിമാരാണ്. അതുകൊണ്ടു തന്നെ മറ്റ് മൃഗങ്ങൾക്കെല്ലാം അവരുടെ ചങ്ങാത്തത്തിൽ തെല്ല് അസൂയ ഇല്ലാതെയുമില്ല.

കാട്ടിലെ ഒരു പാറക്കെട്ടിന്റെ വലിയ ഗുഹയിൽ സിംഹവും മാനും ഒത്തൊരുമയോടെ കഴിഞ്ഞുവന്ന കാലം.

അങ്ങനെയിരിക്കെ ഒരു ചെറിയ പ്രശ്നത്തിന്റെ മീതെ സിംഹവും മാനും തർക്കത്തിലായി.

തണുപ്പ് കാലത്തെച്ചൊല്ലിയായിരുന്നു തർക്കം.

രണ്ടുപേർക്കും അവരുടേതായ ന്യായങ്ങൾ അവതരിപ്പിക്കാൻ ഉള്ളതുകൊണ്ട് ആ തർക്കം ഒത്തുതീർപ്പാകാതെ നീണ്ടുപോയി.

മാൻ പറഞ്ഞു:

"തണുപ്പ് കാലമുണ്ടാവുന്നത് പൂർണ്ണചന്ദ്രനിൽനിന്നും മാറി മറ്റൊരു പുത്തൻ ചന്ദ്രൻ ഉണ്ടാവുമ്പോഴാണ്."

അപ്പോൾ സിംഹം ഒച്ചവെച്ചു:"ആരു പറഞ്ഞു നിന്നോട് ഈ കളവ്. ഒരിക്കലും അങ്ങനെയല്ല. തണുപ്പ് ഉണ്ടാവുന്നത്, പുത്തൻ ചന്ദ്രനിൽ നിന്നും മാറി മറ്റൊരു പൂർണ്ണ ചന്ദ്രൻ ഉണ്ടാവുമ്പോഴാണ്."

ഒരു രാത്രി മുഴുവൻ രണ്ടുപേരും അതിന്റെ പേരിൽ തർക്കിച്ചു.

പിറ്റേന്ന് നേരം പുലർന്നപ്പോൾ അവർ ഒരു തീരുമാനത്തിലെത്തി.

കാട്ടിലെ ബുദ്ധിരാക്ഷസനായ കുരങ്ങനെ ചെന്നു കാണുക.

കുരങ്ങൻ എന്താണോ പറയുന്നത് അതാണ് ശരിയെന്ന് അംഗീകരിക്കുക.

അങ്ങനെ സിംഹവും മാനും തമ്മിലുള്ള തർക്കത്തിന് താല്ക്കാലിക വിരാമമായി.

പക്ഷേ, കാട്ടിലെ മറ്റ് മൃഗങ്ങൾക്ക് അതത്ര രസിച്ചില്ല. സിംഹവും മാനും തമ്മിൽ എങ്ങനെയെങ്കിലും തെറ്റിക്കാണണമെന്ന് ആശിച്ചിരിക്കുകയായിരുന്നല്ലോ അവർ!

കാട്ടിലെ ഒരു ആൽമരത്തിന്റെ ചുവട്ടിൽ ധ്യാനനിമഗ്നനായി ഇരിക്കുകയായിരുന്നു കുരങ്ങച്ചൻ.

സിംഹവും മാനും നേരെ ചെന്ന് കുരങ്ങന്റെ മുന്നിൽ ഒന്നു വണങ്ങി.

അല്പനേരത്തെ ധ്യാനത്തിനുശേഷം കുരങ്ങൻ കണ്ണു തുറന്ന് ഇരുവരെയും നോട്ടമിട്ടു.

അവർ എല്ലാം വിസ്തരിച്ചു കേൾപ്പിച്ചു.

കുരങ്ങച്ചൻ സിംഹത്തിന്റെയും മാനിന്റെയും വാദങ്ങൾ കേട്ടതിനു ശേഷം ഇരുവരെയും ഒന്നു നോക്കി. എന്നിട്ട് അർത്ഥം വെച്ച് മൂളി.

ശേഷം ഇങ്ങനെ പറഞ്ഞു:

“രണ്ടുപേർ പറഞ്ഞതിലും സത്യത്തിന്റെ അംശമുണ്ട്. എങ്കിലും അതിലൊന്നുമല്ല കാര്യം. പഴയ സൗഹൃദവും സ്നേഹവും നിലനിർത്തുന്നതിലാണ്. അത് എല്ലാവർക്കും കഴിയുന്നതല്ല. പക്ഷേ, നിങ്ങൾക്ക് കഴിയും. അത് ഇത്രകാലവും തെളിയിക്കുകയും ചെയ്തു. ഇനിയുള്ള കാലവും അതിനു കഴിയട്ടെ.”

കുരങ്ങൻ രണ്ടുപേരെയും സത്യം ബോധിപ്പിച്ച് തിരിച്ചയച്ചു. പിന്നീടൊരിക്കലും അവർ അനാവശ്യ കാര്യങ്ങൾക്ക് തർക്കിച്ചിട്ടില്ല.

കുരങ്ങന്മാരുടെ വ്രതം

ഒരു കാട്ടിൽ കുറെ കുരങ്ങന്മാർ താമസിച്ചിരുന്നു. അതിൽ പ്രായം ചെന്ന ആൺകുരങ്ങായിരുന്നു സംഘത്തലവൻ. ബുദ്ധിയും വിവേകശാലിയുമായി ആ കുരങ്ങ് തന്റെ സംഘത്തെ നന്നായിത്തന്നെ ഭരിച്ചുവന്നു.

അങ്ങനെയിരിക്കെ ഒരുനാൾ സംഘത്തലവന്റെ ഭാര്യക്ക് ഒരാഗ്രഹം തോന്നി. അവളത് ഭർത്താവിനെ ബോധിപ്പിച്ചു:

“എനിക്ക് തോന്നുന്നത്, ഒരു ദിവസം നമുക്ക് ഭക്ഷണമൊന്നും കഴിക്കാതെ നിരാഹാരം കിടക്കുന്നത് നന്നായിരിക്കുമെന്നാണ്.”

“അതെന്തിനാണ്?”

ആൺകുരങ്ങ് ചോദിച്ചു.

“നമുക്ക് മാത്രമല്ല, മറ്റുള്ള കുരങ്ങന്മാർക്കും നല്ലതാണത്രെ. ദിവസവും ധാരാളം ഭക്ഷണം കഴിച്ച് ശരീരം തടിച്ചു കൊഴുത്തതല്ലേ? ഒരു ദിവസം പട്ടിണി കിടക്കുന്നത് നല്ലതാണ്.”

സംഘത്തലവൻ ഒരു നിമിഷം എന്തോ ആലോചിച്ചതിനു ശേഷം പറഞ്ഞു:

“ശരി, നിന്റെ ആഗ്രഹം അതാണെങ്കിൽ അങ്ങനെയാവട്ടെ.”

അന്നുതന്നെ കുരങ്ങച്ചൻ മറ്റുള്ള കുരങ്ങന്മാരെ വിളിച്ചു

ചേർത്തു. എല്ലാവരും ഒരു മരച്ചുവട്ടിൽ ഒത്തുചേർന്നപ്പോൾ കുരങ്ങച്ചൻ പറഞ്ഞു:

"സുഹൃത്തുക്കളെ, ഇന്നു മുതൽ ഒരു ദിവസം നാം ഭക്ഷണമൊന്നും കഴിക്കാതെ നിരാഹാരം അനുഷ്ഠിക്കാൻ തീരുമാനിച്ചിരിക്കുന്നു. അതുകൊണ്ട് ഒരാളും തന്നെ ഇന്ന് ഭക്ഷണം കഴിച്ചുപോകുകയോ, ഒന്നു രുചിക്കുക പോലുമോ ചെയ്യരുത്."

എല്ലാവരും കുരങ്ങച്ചനെ അനുസരിച്ച് തലയാട്ടി. യോഗം പിരിച്ചുവിടുന്നതിനു മുമ്പ് കുരങ്ങച്ചൻ കൂട്ടിച്ചേർത്തു:

"നിരാഹാരം വൈകുന്നേരമാണ് അവസാനിക്കുക. ആ സമയമാകുമ്പോഴേക്കും എല്ലാവർക്കും ഭക്ഷണം കഴിക്കാം. അതിനാൽ വൈകുന്നേരത്തേക്കു വേണ്ട ആഹാരം കരുതിവയ്ക്കുന്നത് നന്നായിരിക്കും."

കേൾക്കേണ്ട താമസം കുരങ്ങന്മാർ നാലുപാടും ഭക്ഷണം തേടി പരക്കം പാഞ്ഞു. അടുത്തുകണ്ട ഒരു വാഴത്തോട്ടത്തിൽ കടന്ന് ഓരോരുത്തരും നല്ല പഴുത്ത വാഴപ്പഴം മോഷ്ടിച്ചെടുത്ത് തിരിച്ച് കാട്ടിലെത്തി. അതു കണ്ടപ്പോൾ കുരങ്ങച്ചന് സന്തോഷമായി. ഓരോരുത്തരുടെ കൈയിലും വാഴപ്പഴം!

"ശരി, ഇനി ഓരോരുത്തരും കൈയിലെ വാഴപ്പഴം ഒരു മരത്തിന്റെ ചുവട്ടിൽ വയ്ക്കണം. സമയമാകുമ്പോൾ ഞാൻ പറയാം. അപ്പോൾ പ്രാർത്ഥിച്ചതിനുശേഷം മാത്രമേ ഭക്ഷണം കഴിക്കാവൂ."

എല്ലാവരും സമ്മതത്തോടെ തലയാട്ടി.

തുടർന്ന് എല്ലാവരും മരച്ചുവട്ടിൽ നിശ്ശബ്ദതയോടെ ഇരുന്നു. അവർ പ്രാർത്ഥനകൾ ഉരുവിടാൻ തുടങ്ങി. ആ സമയം കുരങ്ങച്ചന്റെ ഭാര്യക്ക് ഒരു സംശയമുണ്ടായി. അത് കുരങ്ങച്ചനോട് ഭാര്യ തുറന്നു പറയുകയും ചെയ്തു.

"നാമെല്ലാം വ്രതമെടുത്തിരിക്കുന്നതുകൊണ്ട് നല്ല വിശപ്പുണ്ടാവും. അതുകൊണ്ട് വ്രതം മുറിക്കുന്ന സമയമായാൽ ഓരോരുത്തരും ഉന്തും തള്ളുംകൂടി ആക്രാന്തം കാണിക്കും. ഇത് പലർക്കും പഴം കിട്ടാത്ത അവസ്ഥ ഉണ്ടാക്കും. അതുകൊണ്ട് നാം ശേഖരിച്ച പഴമെല്ലാം സമാസമം വീതിക്കുന്നതാവും നല്ലത്."

ഭാര്യയുടെ ആശയം ശരിയാണല്ലോ എന്ന് അപ്പോഴാണ് കുരങ്ങച്ചൻ ഓർത്തത്. പെട്ടെന്നു കുരങ്ങച്ചൻ തന്നെ മുൻകൈയെടുത്ത് പഴം ഓരോരുത്തർക്കായി വീതിച്ചു. ശേഷം ഓരോരുത്തരും താന്താങ്ങളുടെ ഇരിപ്പിടത്തിൽ അക്ഷമയോടെ വൈകുന്നേരത്തിനായി കാത്തിരിക്കാൻ തുടങ്ങി.

അപ്പോഴാണ് കൂട്ടത്തിൽനിന്നും ഒരു കുരങ്ങൻ എഴുന്നേറ്റു നിന്ന് ഇങ്ങനെ ചോദിച്ചത്: "സാർ, നമുക്കെന്തുകൊണ്ട് പഴമെടുത്ത് വായിൽ വെച്ചുകൂടാ. തിന്നാതിരുന്നാൽ മതിയല്ലോ. അങ്ങനെയാവുമ്പോൾ കുറച്ച് സമയം നമുക്ക് ലാഭിക്കാൻ കഴിയും."

കുരങ്ങച്ചന് ആ ആശയം ശരിയാണെന്നു തോന്നി. തന്റെ സംഘാംഗങ്ങളിൽ ഇത്രയേറെ ബുദ്ധിയുള്ളവർ ഉണ്ടായതിൽ കുരങ്ങച്ചന് അഭിമാനം തോന്നി.

"ശരി, ശരി. എല്ലാവരും പഴം തോലുരിഞ്ഞ് വായിൽ വെച്ചോളൂ, വൈകിക്കേണ്ട."

വേഗത്തിൽ തന്നെ ഓരോ കുരങ്ങനും പഴമിറുത്ത് വായിൽ വെച്ചു. എന്നിട്ട് നിശ്ശബ്ദരായി വൈകുന്നേരം വേഗം വന്നണയണേ എന്നു പ്രാർത്ഥിച്ചു.

മധുരമുള്ള വാഴപ്പഴം വായിൽ കടിച്ചുപിടിച്ചുകൊണ്ടുള്ള ആ ഇരിപ്പ് പല കുരങ്ങന്മാർക്കും അസഹ്യമായി തോന്നി. വിശപ്പാണെങ്കിൽ അതിന്റെ മൂർദ്ധന്യത്തിലുമാണ്. എങ്കിലും അവർ ക്ഷമ കാണിക്കാൻ പരമാവധി ശ്രമിച്ചുകൊണ്ടിരുന്നു. കുരങ്ങച്ചനു പോലും പലപ്പോഴും നിയന്ത്രണം വിട്ടുപോയി.

ആ ഇരിപ്പ് അധികനേരം നീണ്ടുനിന്നില്ല. കടിച്ചുപിടിച്ച വായിലെ പഴം പല കുരങ്ങന്മാരും സഹികെട്ട് ചവയ്ക്കാൻ തുടങ്ങി. നിമിഷങ്ങൾക്കകം വാഴപ്പഴം ഓരോരുത്തരുടെയും വയറിനകത്തായി. അങ്ങനെ വൈകുന്നേരത്തിനു മുമ്പേ അവരുടെ വ്രതം മുറിയുകയും ചെയ്തു.

കരടിയുടെ വാൽ

കരടിയെ കണ്ടിട്ടില്ലേ? എത്ര ചെറിയ വാലാണതിന്? വലിയ ഉടൽ. ചെറിയ വാൽ. ശരീരത്തിന് ഒട്ടും യോജിക്കാത്തത്.

എന്നാൽ വളരെ പണ്ട് കരടിക്ക് നീളമുള്ള സുന്ദരൻ വാലായിരുന്നുവത്രെ ഉണ്ടായിരുന്നത്!

കാട്ടിലെ മൃഗങ്ങളെല്ലാം കരടിയുടെ വാല് കണ്ട് അസൂയപ്പെട്ട കാലം.

അതിൽ കുറുക്കനായിരുന്നു ഏറ്റവും വലിയ അസൂയ! എങ്ങനെയെങ്കിലും കരടിയുടെ വാൽ ചെറുതായി കാണാൻ കുറുക്കൻ സദാ ആഗ്രഹിച്ചുനടക്കുന്ന കാലം.

അങ്ങനെയിരിക്കെ ഒരിക്കൽ പുഴക്കടവിൽനിന്നും വരികയായിരുന്നു കരടി.

അവന്റെ വാൽ നിലത്തിഴയുന്നുണ്ട്. വഴിക്കുവെച്ച് കരടി കുറുക്കനെ കണ്ടു. കുറുക്കന്റെ കൈയിൽ നിറയെ പിടപിടയ്ക്കുന്ന പലതരം പുഴമീനുകൾ.

"എങ്ങനെ കിട്ടി ഇത്രയും മീനുകൾ?"

കരടി കുറുക്കനോട് തിരക്കി. അപ്പോൾ കുറുക്കന്റെ ബുദ്ധിയിൽ ഒരാശയം മിന്നി. കുറുക്കൻ കരടിയുടെ സുന്ദരൻ വാലിൽ ഇടംകണ്ണിട്ട് നോക്കി ഇങ്ങനെ പറഞ്ഞു:

"അതത്ര വലിയ കാര്യമൊന്നുമല്ല ചങ്ങാതീ. വളരെ എളുപ്പമാണ്."

കുറുക്കൻ ഒന്നു നിർത്തി. എന്നിട്ട് തുടർന്നു:

"വലിയ വാലുള്ളവർക്കെല്ലാം എളുപ്പത്തിൽ ചെയ്യാൻ കഴിയുന്ന ഒന്ന്."

"അതെന്താണെന്ന് ഉടൻ പറയൂ."

കരടി തിടുക്കം കൂട്ടി. അപ്പോൾ കുറുക്കൻ പറഞ്ഞു:

"വളരെയെളുപ്പമാണത്. വൈകുന്നേരം നല്ല തണുപ്പുള്ള സമയത്ത് പുഴക്കരയിൽ ചെല്ലുക. എന്നിട്ട് വാല് മുഴുവൻ ജലത്തിലിറക്കി പിറ്റേന്ന് രാവിലെവരെ ഇരുന്നാൽ മതി. വാൽ നിറയെ പലതരം മീനുകളാവും."

"നേരോ?"

കരടി അത്ഭുതം കൂറി.

"പിന്നല്ലാതെ. ഞാൻ ദിവസവും ചെയ്യുന്നത് അതല്ലേ?" കുറുക്കൻ പറഞ്ഞു. കരടി അന്നുതന്നെ കുറുക്കൻ പറഞ്ഞ പ്രകാരം ചെയ്തു. രാത്രിയായപ്പോൾ കരടിക്ക് നന്നായി തണുത്തു.

ശരീരം കോച്ചി വിറച്ചു. എന്നാൽ അതൊന്നും കരടി കാര്യമാക്കിയില്ല.

നേരം പുലർന്നാൽ കിട്ടാൻപോകുന്ന മത്സ്യങ്ങളെക്കുറിച്ചു മാത്രമായിരുന്നു കരടിയുടെ ചിന്ത.

പിറ്റേന്ന് പുലർച്ചയ്ക്ക് കരടി തന്റെ വാൽ ഇളക്കിനോക്കി.

എത്ര ശ്രമിച്ചിട്ടും കരടിക്ക് വാൽ പൊക്കാൻ കഴിഞ്ഞില്ല. തണുത്തുറഞ്ഞ മഞ്ഞിൽ കരടിയുടെ വാൽ ഉറച്ചുപോയിരുന്നു.

ഇനിയും വൈകിയാൽ ആളുകൾ എത്തിത്തുടങ്ങുമെന്നും അങ്ങനെ തന്റെ അന്ത്യം അടുക്കുമെന്നും കരുതിയ കരടി സർവ്വ ശക്തിയുമുപയോഗിച്ച് ഒരൊറ്റ വലി. പാവം കരടി.

വേദനയോടെ കരടിയുടെ വാൽ മുറിഞ്ഞുപോയി. അങ്ങനെയാണത്രെ കരടിക്ക് ചെറിയ വാലുണ്ടായത്.

രണ്ട് തവളകൾ

പണ്ടൊരിക്കൽ ആഫ്രിക്കയിലെ ടുട്ടു നഗരത്തിലെ മൺകുഴിയിൽ ഒരു തവള ജീവിച്ചിരുന്നു. മറ്റൊരു നഗരമായ ഒസാനിയിൽ വേറൊരു തവളയും കഴിഞ്ഞിരുന്നു. അവൻ സമുദ്രത്തിനടുത്ത ഒരു അരുവിയിലായിരുന്നു താമസം. രണ്ട് തവളകളും പുറംലോകം കാണാതെ താന്താങ്ങളുടെ മാളങ്ങളിൽ അങ്ങനെ ജീവിച്ചുവരുന്ന കാലം.

അങ്ങനെ കുറച്ചുകാലം കഴിഞ്ഞപ്പോൾ ടുട്ടുവിലെ തവളയ്ക്ക് ഒസാനി നഗരം കാണാൻ കൊതിയായി. ഒസാനി തവളയ്ക്കാവട്ടെ ടുട്ടുവും കാണണം. ആ ആഗ്രഹം രണ്ട് തവളകളിലും വളർന്നപ്പോൾ, ഒരു മഞ്ഞുകാലത്ത് ഇരുപേരും തങ്ങളുടെ മാളംവിട്ട് പുറത്തേക്കിറങ്ങി.

യാത്ര ഏറെ ദുർഘടം പിടിച്ചതായിരുന്നു. ഒന്നാമത് അവർ ആദ്യമായിട്ടാണ് അത്രയും ദൂരം സഞ്ചരിക്കുന്നത്. മാത്രവുമല്ല, വഴികളെക്കുറിച്ച് നല്ല നിശ്ചയവുമുണ്ടായിരുന്നില്ല. ഇടയ്ക്കുവെച്ച് അവർക്ക് ഒരു വലിയ കുന്ന് കയറേണ്ടിവന്നു. ടുട്ടുവിനും ഒസാനിക്കും ഇടയിലായിട്ടായിരുന്നു ഈ വമ്പൻ കുന്ന്. ഒരു വിധേന അവർ കുന്നിൻമുകളിലെത്തി. അപ്പോഴാണ് രണ്ട് തവളകളും പരസ്പരം കാണുന്നത്. കണ്ടപാടെ ഇരുവരും സംഭാഷണത്തിലേർപ്പെട്ടു. എന്തിനാണ് തങ്ങൾ ഇത്രയും ദൂരം താണ്ടി വന്ന

തെന്ന കാര്യം അവർ പരസ്പരം പങ്കുവയ്ക്കുകയും അവർ നല്ല ചങ്ങാത്തത്തിലാവുകയും ചെയ്തു.

ചങ്ങാതിമാരായി മാറിയതോടെ കുന്നിന്റെ ഉച്ചിയിലൊരിടത്ത് അവർ വിശ്രമിക്കാനിരുന്നു. അത്രയും ദൂരം താണ്ടി വന്നതിന്റെ ക്ഷീണം അവർക്കുണ്ടായിരുന്നല്ലോ?

"നമ്മളെ ദൈവം ഇത്രയും ചെറുതായി സൃഷ്ടിച്ചത് കഷ്ടമായിപ്പോയി."

ടുട്ടുവിലെ തവള പറഞ്ഞു.

"അങ്ങനെയല്ലായിരുന്നുവെങ്കിൽ, ഈ കുന്നിൻപുറത്ത് നിന്നുകൊണ്ട് നമുക്ക് രണ്ട് നഗരങ്ങളും നന്നായി കാണാമായിരുന്നു. എങ്കിൽ ഇനിയുള്ള യാത്ര ഒഴിവാക്കാൻ കഴിഞ്ഞേനെ."

അപ്പോൾ ഒസാനി തവള പറഞ്ഞു.

"അതിന് ദുഃഖിക്കാനെന്തിരിക്കുന്നു. ഞാനെന്റെ പിൻകാലിൽ ഉയർന്നുനില്ക്കാം. നീയെന്റെ ചുമലിൽ കയറി നിന്നാൽ മതി. ശേഷം ഞാൻ നിന്റെ ചുമലിൽ നില്ക്കും. അങ്ങനെ നമുക്ക് രണ്ട് നഗരങ്ങളും കാണുകയും ചെയ്യാം."

ആ ആശയം ടുട്ടുവിലെ തവളയ്ക്ക് പിടിച്ചു. ഉടൻ തന്നെ അവൻ ഒസാനിയിലെ തവളയുടെ ചുമലിൽ കയറിനിന്നു. കഴിയുന്നത്ര കാൽ ഉയർത്തി തവള നിന്നു. വീഴാതിരിക്കാനായി ടുട്ടുവിലെ തവള ഒസാനി തവളയുടെ തലയിൽ മുറുകെ പിടിച്ചു. അങ്ങനെ ടുട്ടു തവളയുടെ മൂക്ക് ഒസാനിയിലേക്ക് തിരിഞ്ഞു. ഒസാനി തവളയുടേത് ടുട്ടുവിലേക്കും. ഇരു തവളകളുടെയും കണ്ണുകൾ തലയുടെ പിറകിൽ ഇരുവശത്തായിരുന്നതിനാൽ അവർക്ക് കാണേണ്ട നഗരം പരസ്പരം മാറിപ്പോയി.

"നോക്കൂ, ടുട്ടു നഗരം ശരിക്കും ഒസാനി തന്നെ. അതുകൊണ്ട് ഇനി യാത്ര ചെയ്യേണ്ട കാര്യമില്ല. നമ്മൾക്ക് പിരിഞ്ഞുപോകാം."

ടുട്ടു തവള പറഞ്ഞതുകേട്ട് ഒസാനി തവളയും നോക്കി. ശരിയാണല്ലോ, ടുട്ടു നഗരം തീർത്തും ഒസാനി പോലെ തന്നെ.

അങ്ങനെ ഇരുപേരും ആഗ്രഹിച്ച നഗരം കണ്ട തൃപ്തിയോടെ തങ്ങളുടെ താമസസ്ഥലത്തേക്ക് മടക്കയാത്രയായി.

വൃദ്ധയും പൂച്ചയും

പണ്ട് പണ്ട് ആഫ്രിക്കയിൽ ഒരു വൃദ്ധ ജീവിച്ചിരുന്നു. ആ വൃദ്ധയുടെ കൂട്ട് ഒരു ചെമ്മരിയാട് മാത്രമായിരുന്നു. ആടിനെ നന്നായി പരിപാലിച്ച്, അതിന്റെ പാൽ കറന്നെടുത്ത് അയൽ വീടുകളിൽ കൊടുത്ത് കിട്ടുന്ന വരുമാനം കൊണ്ടായിരുന്നു ആ വൃദ്ധ ഉപജീവനം കഴിച്ചിരുന്നത്.

അങ്ങനെയിരിക്കെ ഒരുനാൾ അവരുടെ ഇടയിലേക്ക് ഒരു പൂച്ചകൂടി എത്തിപ്പെട്ടു. ഒരു മഴക്കാല രാത്രിയിൽ ആകെ നനഞ്ഞ് വിറച്ചുകൊണ്ടാണ് ആ പൂച്ച അവിടെയെത്തിയത്. ഒറ്റ നോട്ടത്തിൽത്തന്നെ വൃദ്ധയ്ക്ക് സങ്കടം വന്നു. ഞാനും ഇവിടെ നില്ക്കട്ടെ എന്ന് അതിന്റെ കണ്ണുകൾ യാചിക്കുന്നതുപോലെ വൃദ്ധയ്ക്ക് തോന്നി. അങ്ങനെ പൂച്ചയെയും തന്റെ കുടിലിൽ താമസിക്കാൻ അനുവാദം കൊടുത്തു. ചെമ്മരിയാടിനും അത് ഇഷ്ടപ്പെട്ടു. ഒന്നുമില്ലെങ്കിലും മിണ്ടാനും പറയാനും ഒരു കൂട്ടായല്ലോ!

ചെമ്മരിയാടിനെ കറന്നു കിട്ടുന്ന പാലിൽനിന്നും മിച്ചം വരുത്തി അല്പം പൂച്ചയ്ക്കും കൊടുക്കും. പാൽ പൂച്ചയ്ക്കും നല്ല ഇഷ്ടമാണല്ലോ? ഒന്നു രണ്ടു മാസത്തിനുള്ളിൽത്തന്നെ പൂച്ച നന്നായി തടിച്ചു കൊഴുത്തു. ഇപ്പോൾ ഒരു പഞ്ഞിക്കെട്ടു പോലുണ്ട് പൂച്ച.

ഒരിക്കൽ പൂച്ച ഒരു പണി പറ്റിച്ചു. വൃദ്ധ കാണാതെ പാത്രത്തിൽനിന്നും പാൽ കട്ടു കുടിച്ചു. ഇത് എങ്ങനെയോ മനസ്സിലാക്കിയ വൃദ്ധ പൂച്ചയെ നന്നായി ചീത്ത പറഞ്ഞു; ഉപദേശിക്കുകയും ചെയ്തു. ഇനി ഒരിക്കലും താൻ അങ്ങനെ ചെയ്യില്ലെന്ന് പൂച്ച തറപ്പിച്ചു പറഞ്ഞു. അത് വിശ്വസിച്ച വൃദ്ധ പൂച്ചയെ അത്തവണ വെറുതെ വിട്ടു.

എന്നാൽ പൂച്ചയ്ക്കുണ്ടോ തന്റെ സ്വഭാവം അടക്കിവയ്ക്കാൻ കഴിയുന്നു? മറ്റൊരുനാൾ പൂച്ച വീണ്ടും പണിയൊപ്പിച്ചു. വൃദ്ധ തനിക്ക് കുടിക്കാൻ വെച്ച പാലിൽനിന്നും പൂച്ച വിദഗ്ധമായി പാൽ കട്ടു കുടിച്ചു. ഇത് വൃദ്ധയെ കുറച്ചൊന്നുമല്ല പ്രകോപിപ്പിച്ചത്. പൂച്ചയെ ഒരു പാഠം പഠിപ്പിക്കാൻ തന്നെ വൃദ്ധ തീരുമാനിച്ചു.

അക്കാലത്ത് അന്നാട്ടിൽ ഒരുതരം പശയുള്ള മരമുണ്ടായിരുന്നു. മരത്തിന്റെ തൊലി അടർത്തിയാൽ നല്ല പശ കിട്ടും. തമ്മിൽ ഒട്ടിയാൽ മുറിച്ചെടുക്കുകയല്ലാതെ മറ്റു വഴിയൊന്നുമുണ്ടാവില്ല. അത്രയ്ക്ക് വീര്യമുള്ള പശയാണ്.

അന്നുതന്നെ വൃദ്ധ മരത്തിൽനിന്നും ഒരു പാത്രത്തിൽ പശ ശേഖരിച്ചു. എന്നിട്ട് തന്റെ പാൽപാത്രത്തിനു സമീപം തേച്ചു പിടിപ്പിച്ചു. പാത്രത്തിൽ നിറയെ പാൽ നിറച്ചതിനു ശേഷം വൃദ്ധ ഒരിടത്ത് ഒളിച്ചിരുന്നു.

രാത്രിയായപ്പോൾ പൂച്ച മെല്ലെ പതുങ്ങിവരുന്നത് വൃദ്ധ കണ്ടു. വന്നപാടെ പൂച്ച കണ്ണുമടച്ചു പാൽ കുടിക്കാൻ തുടങ്ങി. പാത്രത്തിലെ പാൽ മുഴുക്കെ കുടിച്ചതിനു ശേഷം നാവുകൾ കൊണ്ട് ചുണ്ട് വൃത്തിയാക്കി പൂച്ച താഴോട്ട് ഇറങ്ങുമ്പോഴാണ് അബദ്ധം മനസ്സിലായത്. തന്റെ നീളൻ വാൽ പശയിൽ ഒട്ടിപ്പിടിച്ചിരുന്നത് പൂച്ച തിരിച്ചറിഞ്ഞു. എത്ര ഇളക്കിയിട്ടും പൂച്ചയ്ക്ക് തന്റെ വാൽ പറിച്ചെടുക്കാൻ കഴിഞ്ഞില്ല. വേദനയും അപമാനവും നിമിത്തം പൂച്ച വൃദ്ധയെ വിളിച്ച് കരയാൻ തുടങ്ങി.

"ഇനി ഈ വാൽ മുറിച്ചു മാറ്റുകയല്ലാതെ മറ്റ് വഴിയൊന്നുമില്ല."

വൃദ്ധ പറഞ്ഞു.

പൂച്ചയ്ക്ക് വല്ലാത്ത സങ്കടം തോന്നി. മനോഹരമായ വാലാണ്. അത് മുറിക്കുക എന്നുവെച്ചാൽ? പക്ഷേ, വേറെ വഴിയൊന്നും ഇല്ലതാനും.

അങ്ങനെ ഒടുവിൽ പൂച്ചയ്ക്ക് തന്റെ സുന്ദരമായ വാൽ നഷ്ടപ്പെട്ടു എന്നു പറഞ്ഞാൽ മതിയല്ലോ. അതോടെ മുറിവാലുമായി പൂച്ച ഉമ്മറത്തിരിപ്പായി. മറ്റ് ചങ്ങാതിമാരെ കാണുമ്പോൾ പൂച്ച ഒഴിഞ്ഞുമാറും. "മുറിവാലൻ പൂച്ചേ ഹോ..." എന്ന് അവർ വിളിച്ചു പറയാനും തുടങ്ങിയിരിക്കുന്നു.

ഒരുനാൾ പൂച്ച പറഞ്ഞു: "എന്നോട് പൊറുക്കണം. എനിക്കെന്റെ വാല് യഥാസ്ഥാനത്ത് തുന്നിപ്പിടിപ്പിച്ചു തരണം."

"തരാം. പക്ഷേ, ഒരു വ്യവസ്ഥയുണ്ട്. നീ മോഷ്ടിച്ചു കുടിച്ച പാൽ എനിക്ക് തിരികെ തരണം. എന്താ സമ്മതമാണോ?"

വൃദ്ധ പൂച്ചയെ നോക്കി ചോദിച്ചു.

"സമ്മതമാണ്. എങ്ങനെയെങ്കിലും ഞാൻ പാൽ കൊണ്ടു വരാം. എനിക്കെന്റെ വാലാണ് പ്രധാനം."

പൂച്ച അങ്ങനെ പറഞ്ഞുകൊണ്ട് ഒരൊറ്റയോട്ടം. ആ ഓട്ടം ചെന്നവസാനിച്ചത് ചെമ്മരിയാടിന്റെ അരികത്താണ്. പൂച്ച നടന്നതെല്ലാം ചെമ്മരിയാടിനെ ധരിപ്പിച്ചു. എല്ലാം കേട്ട് ചെമ്മരിയാട് പറഞ്ഞു:

"എനിക്ക് നിന്നെ സഹായിക്കണമെന്നുണ്ട്. പക്ഷേ എന്റെ അകിടിൽ അധികം പാലില്ല. നല്ല പ്ലാവില കിട്ടിയാൽ ഞാൻ പാൽ തരാം. പുഴക്കരയിൽ ചെന്ന് നീ പ്ലാവ് മരത്തോട് സങ്കടം പറയൂ."

പൂച്ച പുഴക്കടവിലെത്തി പ്ലാവ് മരത്തോട് എല്ലാം തുറന്നു പറഞ്ഞു. കേട്ടപാതി പ്ലാവ് മരം പറഞ്ഞു.

"എനിക്ക് നിന്നെ സഹായിക്കണമെന്നുണ്ട്. പക്ഷേ, എന്റെ ശരീരം നീ കണ്ടില്ലേ? ആകെ ഞാൻ ഉണങ്ങി ചടച്ചിരിക്കുന്നു. ഇക്കൊല്ലം പുഴയിൽ വെള്ളമില്ലാത്തതിനാൽ ഞാൻ തളിർത്തിട്ടില്ല. നീ ചെന്ന് പുഴയോട് സങ്കടം പറയൂ. പുഴ ഇങ്ങോട്ടൊന്ന് ഒഴുകിയാൽ ഞാൻ നന്നായി തളിർത്ത് നില്ക്കാം."

പൂച്ച വേഗത്തിൽ പുഴക്കടവിലെത്തി. ഒറ്റ ശ്വാസത്തിൽ

തന്നെ പൂച്ച തന്റെ സങ്കടം പുഴയുടെ കാതിൽ മൊഴിഞ്ഞു. എല്ലാം കേട്ട് പുഴ ഒന്നു കുലുങ്ങിച്ചിരിച്ചു. എന്നിട്ട് ഇങ്ങനെ പറഞ്ഞു:

“ഒക്കെ ശരി തന്നെ. എനിക്ക് നിന്നെ സഹായിക്കണമെന്നുണ്ട്. ഇക്കൊല്ലം മഴ കുറവായത് നിനക്കും അറിയാമല്ലോ. ജലമില്ലാതെ ഞാനെങ്ങനെ താഴോട്ടൊഴുകും? അതുകൊണ്ട് സൂര്യനെ വിളിച്ച് കാര്യം പറയൂ. അവൻ വിചാരിച്ചാൽ എല്ലാം നേരെയാവും.”

പൂച്ച ആകെ ധർമ്മസങ്കടത്തിലായി. താനെങ്ങനെ സൂര്യന്റെ അടുത്തെത്തും? ഇനി ഉച്ചത്തിൽ വിളിച്ചു പറഞ്ഞാൽ തന്നെ സൂര്യൻ കേൾക്കുമോ? അത്രയ്ക്ക് അകലെയല്ലേ അവനുള്ളത്! എല്ലാറ്റിനും കാരണക്കാരൻ താൻ തന്നെയാണ്. പൂച്ച വിചാരിച്ചു.

വളരെ സങ്കടത്തോടെ തലയും താഴ്ത്തിയിട്ട് പൂച്ച വീട്ടിൽ തിരിച്ചെത്തി. വെറും കൈയോടെ വന്നുകയറിയ പൂച്ചയെ വൃദ്ധ നോക്കി ചിരിച്ചു. അതു കണ്ടപ്പോൾ പൂച്ചയ്ക്ക് വീണ്ടും സങ്കടമായി. സ്വയം അപമാനിതനായതായും തോന്നി.

അപ്പോൾ വൃദ്ധ പറഞ്ഞു: “നീ ഒരു തെറ്റ് ചെയ്തു. അതിനുള്ള ശിക്ഷയും നിനക്ക് കിട്ടി. ഇനിയും നീ നിന്റെ പഴയ സ്വഭാവം പുറത്തെടുത്താൽ ഞാൻ നിന്നെ ഈ വീട്ടിൽ നിന്നു തന്നെ അടിച്ചു പുറത്താക്കും കേട്ടോ...”

പൂച്ചയ്ക്ക് തന്റെ തെറ്റ് ബോദ്ധ്യമായെന്ന് ഉറപ്പായതോടെ വൃദ്ധ അവന്റെ വാൽ യഥാസ്ഥാനത്ത് തുന്നിച്ചേർത്തുകൊടുത്തു. തന്റെ സുന്ദരമായ വാൽ പഴയപടി തിരിച്ചുകിട്ടിയതോടെ പൂച്ച സന്തോഷംകൊണ്ട് കരഞ്ഞുപോയി. “മ്യാവൂ.... മ്യാവൂ”

പിന്നീടൊരിക്കലും പൂച്ച പാൽ കട്ടുകുടിച്ചിട്ടില്ല.

ചെന്നായയുടെ ഗതി

പണ്ട് സുഡാനിലെ തെക്കു പടിഞ്ഞാറുള്ള ഒരു കൊടും വനത്തിൽ മൂന്ന് മൃഗങ്ങൾ സസന്തോഷം ചങ്ങാതിമാരായി കഴിഞ്ഞിരുന്നു. ഒരു സിംഹവും ചെന്നായയും കുറുക്കനുമായിരുന്നു ആ ചങ്ങാതിമാർ. സിംഹം രാജാവായും ചെന്നായയും കുറുക്കനും രാജാവിന്റെ ഉപദേശകരുമായാണ് കഴിഞ്ഞിരുന്നത്.

എന്നും രാവിലെ അവർ ഇരതേടി കാട്ടിലൂടെ നടക്കും. ഒരേ മരത്തണലിൽ വിശ്രമിക്കുകയും ഒരേ പുഴയിൽനിന്ന് ദാഹം തീർക്കുകയും ചെയ്യും. അവർക്കിടയിൽ യാതൊരുവിധ അസ്വാരസ്യങ്ങളും ഉണ്ടായില്ലെന്നു മാത്രമല്ല, മറ്റു മൃഗങ്ങൾക്ക് ആ സൗഹൃദം അസൂയപോലും സൃഷ്ടിച്ചു.

വേട്ടയാടി മൃഗത്തെ പിടിച്ചാൽ ആദ്യം സിംഹമാണ് ഭക്ഷിക്കുക. ബാക്കി വല്ലതും ഉണ്ടെങ്കിൽ ചെന്നായയ്ക്കും കുറുക്കനും കിട്ടും. അവർ അതിൽ തൃപ്തരായിരുന്നു. സിംഹം വേട്ടമൃഗത്തെ തിന്നുന്നത് നോക്കി ചെന്നായയും കുറുക്കനും ക്ഷമയോടെ ഇരിക്കും. അതാണ് എന്നത്തേയും പതിവ്.

ഒരിക്കൽ ഭയാനകമായ ഒരു കാട്ടുതീ അവിടമാകെ വ്യാപിക്കാനിടയായി. വേനൽക്കാലമായതുകൊണ്ട് തീ വേഗത്തിൽ കത്തിപ്പടർന്നു. തീച്ചൂടിൽ നിന്നും രക്ഷതേടി പല മൃഗങ്ങളും

വനത്തിൽ നിന്നും അയൽനാട്ടിലേക്ക് ഓടാൻ തുടങ്ങി. എന്നാൽ സിംഹവും ചെന്നായയും കുറുക്കനും മാത്രം എങ്ങും ഓടി രക്ഷപ്പെട്ടില്ല. സ്വന്തം കാട് വിട്ടുപോകാൻ അവരുടെ മനസ്സ് അനുവദിച്ചില്ല.

എന്നാൽ പാതി കത്തിയമർന്ന കാട്ടിൽ കഴിഞ്ഞുകൂടാൻ അവർക്ക് പറ്റാതെയായി. വിശപ്പിന് ആഹാരമോ, കുടിക്കാൻ വെള്ളമോ അവർക്ക് കിട്ടില്ല. രണ്ട് ദിവസം കഴിഞ്ഞപ്പോൾ സിംഹത്തിന് വിശപ്പ് പൊറുക്കാൻ കഴിയാതെയായി. ചെന്നായയുടെയും കുറുക്കന്റെയും കഥ പറയേണ്ടതില്ലല്ലോ?

അങ്ങനെയിരിക്കെ ഒരുനാൾ അവർ ഭക്ഷണം തേടി അലഞ്ഞു നടക്കുകയായിരുന്നു. അപ്പോഴാണ് കത്തിയമർന്ന ആ കുറ്റിക്കാടിന്റെ വശത്ത് ഒരു വരയൻ കുതിരയെ അവർ കണ്ടത്. കണ്ടപാടെ മൂവരുടെയും വായിൽ വെള്ളമൂറി. തൊട്ടപ്പുറം ഒരു മുയലിനെയും മാനിനെയും അവർ കണ്ടു. ഒട്ടും ആലോചിച്ച് സമയം കളയാതെ സിംഹവും ചെന്നായയും കുറുക്കനും ഒറ്റക്കുതിപ്പിന് മൂന്നിനെയും വകവരുത്തി.

അന്നത്തെ ദിവസം മൂവർക്കും സന്തോഷമായി. കൊന്ന മൃഗങ്ങളെ ഒന്നു മണത്തുനോക്കിയതിനുശേഷം സിംഹം ചോദിച്ചു:

"ഇനി നിങ്ങൾ പറ, ഇതിൽ ഏത് മൃഗത്തിനെയാണ് ഞാൻ ഭക്ഷിക്കേണ്ടത്?"

"എന്ത് സംശയം, അങ്ങാണല്ലോ രാജാവും ഞങ്ങൾക്കിടയിലെ ഏറ്റവും വലിയ മൃഗവും. അതുകൊണ്ട് വരയൻ കുതിരയെ താങ്കൾ എടുത്തുകൊള്ളൂ. മുയലിനെയും മാനിനെയും ഞങ്ങൾ തിന്നുകൊള്ളാം."

ആ നിർദ്ദേശം ശരിവച്ചുകൊണ്ട് സിംഹം വരയൻ കുതിരയെ ഏതാനും നേരം കൊണ്ട് ശാപ്പിട്ടു. ദിവസങ്ങളായി പട്ടിണി ആയതിനാൽ സിംഹത്തിന് അത്രയും വിശപ്പുണ്ടായിരുന്നു.

അതുകൊണ്ടൊന്നും വിശപ്പ് മാറാത്ത സിംഹം മറ്റൊന്നും ആലോചിക്കാതെ ചെന്നായയെ ഒരൊറ്റയടി. അവൻ ദൂരേക്ക് തെറിച്ചുപോയി. ആ തക്കത്തിൽ മുയലിനെ കൂടി സിംഹം അകത്താക്കി. എന്നിട്ട് കുറുക്കനെ നോക്കി ഇങ്ങനെ ചോദിച്ചു:

"ഈ മാനിനെ ഭാഗം വയ്ക്കണോ?"

സിംഹത്തിന്റെ ചോദ്യംകേട്ട് കുറുക്കൻ പേടിച്ചുപോയി. ചെന്നായയുടെ അനുഭവം മനസ്സിലാക്കിയ കുറുക്കൻ പറഞ്ഞു:

"വരയൻ കുതിരയെയും മുയലിനെയും അങ്ങയുടെ പ്രാതലിന് വേണ്ടി തിന്നുതീർത്തു. ഇനി ഉച്ചയ്ക്ക് തിന്നാൻ വല്ലതും വേണ്ടേ? അതിന് വേണ്ടി മാനിനെ എടുക്കാം."

അതുകേട്ട് സിംഹം സന്തോഷംകൊണ്ട് അലറി. എന്നിട്ട് ചോദിച്ചു:

"നിനക്ക് എവിടുന്ന് കിട്ടി ഇത്രയും ബുദ്ധി?"

അപ്പോൾ കുറുക്കന്റെ മറുപടി ഇങ്ങനെയായി:

"എനിക്കത് ചെന്നായയുടെ ഗതി കണ്ടപ്പോൾ കിട്ടിയതാണ്."

മരംവെട്ടുകാരനും സിംഹവും

പണ്ടു നടന്ന കഥയാണ്. അങ്ങ് ദൂരെ മൊറോക്കയിൽ ഒരു മരംവെട്ടുകാരൻ ഉണ്ടായിരുന്നു. കാട്ടിൽ ചെന്ന് മരം വെട്ടിയെടുത്ത് വിറകുകളാക്കി അത് ചന്തയിൽ വിറ്റാണ് അയാൾ ഉപജീവനം ചെയ്തുവന്നിരുന്നത്.

ഒരുനാൾ അയാൾ കാട്ടിൽ നിന്നും വിറകുകൾ ശേഖരിക്കുമ്പോൾ പെട്ടെന്ന് മഴ വന്നു. കോരിച്ചൊരിയുന്ന മഴയത്ത് വിറകു വെട്ടാൻ കഴിയാതെ അയാൾ ഒരു മരച്ചുവട്ടിൽ മഴ കൊള്ളാതെ നില്ക്കുമ്പോഴാണ് തൊട്ടപ്പുറം ഒരു സിംഹത്തെ കണ്ടത്. ഒരു പാറമടയുടെ കീഴെ മഴകൊള്ളാതെ കിടക്കുകയായിരുന്നു ആ സിംഹവും.

മരംവെട്ടുകാരനെ കണ്ടതും സിംഹം പറഞ്ഞു:

“ഞാൻ നിന്റെ ചങ്ങാതിയാവാൻ ആഗ്രഹിക്കുന്നു. നീയൊരു ദരിദ്രനായതുകൊണ്ട് എനിക്ക് നിന്നെ സഹായിക്കണമെന്നുമുണ്ട്.”

മരംവെട്ടുകാരന് സന്തോഷമായി. അങ്ങനെ അവർ ഉറ്റ ചങ്ങാതിമാരായി. എന്നും അയാൾ കാട്ടിൽ വരും. സിംഹം അയാളെ സഹായിക്കും. ഉച്ചയാവുമ്പോഴേക്കും ധാരാളം വിറക് അയാൾക്ക് ശേഖരിക്കാൻ കഴിഞ്ഞു. അതെല്ലാം ചന്തയിൽ വിറ്റ് അയാൾ

നല്ലൊരു പണക്കാരനായി. എങ്കിലും എന്നും അയാൾ കാട്ടിൽ വരാതിരുന്നില്ല.

ഒരു രാത്രി സിംഹത്തിന് വല്ലാത്ത ഏകാന്തത തോന്നി. പോരാത്തതിന് മഴയും. ഈ രാത്രി മരംവെട്ടുകാരന്റെ വീട്ടിൽ അന്തിയുറങ്ങാമെന്ന് സിംഹം വിചാരിച്ചു. മഴ ഒന്നടങ്ങിയപ്പോൾ സിംഹം മെല്ലെ മരംവെട്ടുകാരന്റെ വീട്ടിലേക്കു നടന്നു.

വീട്ടിലെത്തിയപ്പോഴാണ് സിംഹത്തിന് ഒരു കാര്യം മനസ്സിലായത്. വീട്ടിൽ മരംവെട്ടുകാരൻ മാത്രമല്ല ഉള്ളത്. അകത്തിരുന്ന് കുറെ അതിഥികൾ സംസാരിക്കുന്നുണ്ട്. ആ അവസ്ഥയിൽ അങ്ങോട്ട് കയറിച്ചെല്ലാൻ സിംഹം മടിച്ചു. തന്നെ കണ്ട് മരംവെട്ടുകാരന്റെ സുഹൃത്തുക്കൾ പേടിച്ചുപോയാലോ എന്നാണ് സിംഹം ചിന്തിച്ചത്. അതിനാൽ അതിഥികൾ പോകുന്നതുവരെ സിംഹം അയാളുടെ വീടിന്റെ ജാലകത്തിനടുത്ത് കിടപ്പായി. ആ കിടപ്പിൽ സിംഹം അകത്തേക്ക് പാളിനോക്കി. അവർ ഒരു മേശയ്ക്കു ചുറ്റുമിരുന്ന് സംസാരിക്കുകയാണ്.

ഒരാൾ പറഞ്ഞു: "നീ ദരിദ്രനായ ഒരു മരംവെട്ടുകാരനായിരുന്നു. എത്ര പെട്ടെന്നാണ് നീ പണക്കാരനായത്. അത്ഭുതം തന്നെ. ഇതെങ്ങനെ സംഭവിച്ചു?"

അപ്പോൾ മരംവെട്ടുകാരൻ പറയുന്നത് സിംഹം കേട്ടു. അതിങ്ങനെയായിരുന്നു:

"ഒക്കെ എന്റെ കഠിന ശ്രമം തന്നെ. കഠിനാദ്ധ്വാനം കൊണ്ടാണ് ഞാനിതെല്ലാം ഉണ്ടാക്കിയത്."

ആ വാക്കുകൾ സിംഹത്തെ വേദനിപ്പിച്ചു. എത്ര ലജ്ജയില്ലാതെയാണ് അയാൾ നുണ പറയുന്നത്. അയാൾക്കുണ്ടായ എല്ലാ സൗഭാഗ്യത്തിനും താനുംകൂടി പങ്കാളിയല്ലേ. എന്നിട്ട് തന്നെക്കുറിച്ച് ഒരു വാക്കുപോലും അയാൾ മിണ്ടിയില്ല. സിംഹം ഖേദത്തോടെ ഓർത്തു.

ആ നിമിഷംതന്നെ സിംഹം കാട്ടിലേക്കു തിരിച്ചു. പഴയ പാറമടയുടെ കീഴെ സിംഹം ദുഃഖത്തോടെ കിടന്നു. ആ നൊന്ത മനസ്സു നിറയെ മരംവെട്ടുകാരനെക്കുറിച്ചുള്ള വിചാരമായി.

അങ്ങനെ ഒന്നുരണ്ടു നാൾ കഴിഞ്ഞു. ഒരു രാവിലെ മരം

വെട്ടുകാരൻ കാട്ടിൽ ചെന്നതായിരുന്നു. അപ്പോഴാണ് സിംഹം ഒരു മരച്ചുവട്ടിൽ കിടക്കുന്നു. ആ കിടപ്പ് കണ്ടപ്പോൾ അയാൾക്ക് എന്തോ പന്തികേട് തോന്നി. മരംവെട്ടുകാരൻ മെല്ലെ സിംഹത്തെ സമീപിച്ചു ചോദിച്ചു:

"എന്തുപറ്റി? ഒരു വല്ലായ്മ തോന്നുന്നുവല്ലോ? നല്ല സുഖമില്ലേ?"

"എനിക്കത്ര സുഖമില്ല."

സിംഹം പറഞ്ഞു.

"നിന്റെ കൈയിൽ മഴുവുണ്ടോ?"

സിംഹം തലയുയർത്താതെത്തന്നെ അയാളോട് തിരക്കി.

"ഉണ്ടല്ലോ. ഞാനത് ഇന്നു രാവിലെ മൂർച്ച കൂട്ടിയതേയുള്ളൂ."

"എങ്കിൽ, എന്റെ തലയ്ക്ക് ഒന്നാഞ്ഞു കൊത്തൂ. ഉപേക്ഷ കാണിക്കരുത്."

അതുകേട്ട് മരംവെട്ടുകാരന് അത്ഭുതമായി. സിംഹം എന്താണീ പറയുന്നത്? പക്ഷേ, സിംഹത്തിന്റെ അഭ്യർത്ഥന തുടർന്നപ്പോൾ, അയാൾ മഴു ഉയർത്തി അവന്റെ തലയ്ക്ക് ആഞ്ഞൊരു വെട്ട്. സിംഹം വേദനകൊണ്ട് അലറി. തലയിൽനിന്നും രക്തം വാർന്നു. സിംഹം ചത്തുവെന്ന് കരുതി അയാൾ വേഗത്തിൽ വീട്ടിലേക്കു നടന്നു.

ആ സംഭവത്തിനു ശേഷം ഒരാഴ്ചയോളം കഴിഞ്ഞു. കുറെ ദിവസം അയാൾ കാട്ടിലേക്കു പോയിരുന്നില്ല. ഒരു പകൽ ഉച്ചയോടടുത്ത് അയാൾ വിറകു വെട്ടാൻ ചെന്നതാണ്. അപ്പോഴുണ്ട് സിംഹം അതേ മരച്ചുവട്ടിൽ കിടക്കുന്നു. അവൻ ശ്വാസമെടുക്കുന്നുണ്ട്. അതുകണ്ട് അയാൾക്ക് അത്ഭുതമായി. ചത്തെന്നു കരുതിയ സിംഹം ശ്വാസമെടുക്കുന്നു.

"എന്നോട് പൊറുക്കണം സുഹൃത്തേ, ഞാൻ നിന്റെ തലയ്ക്ക് മഴുകൊണ്ട് വെട്ടി. നീ പറഞ്ഞിട്ടാണെങ്കിലും ഞാനങ്ങനെ ചെയ്യരുതായിരുന്നു."

അയാൾ താഴ്മയോടെ സിംഹത്തോട് പറഞ്ഞു. അപ്പോൾ തല അല്പം ഉയർത്തി സിംഹം പറഞ്ഞു:

"ഒരു കാര്യം ചെയ്യൂ. എന്റെ തലയിലേക്കൊന്ന് നോക്കൂ. ആ

മുറിവ് ഉണങ്ങിയോ ആവോ."

അയാൾ സിംഹത്തിന്റെ തലയിലേക്ക് ശ്രദ്ധയോടെ മുഖം കുനിച്ച് നോക്കി. എന്നിട്ട് പറഞ്ഞു:

"അവിടെ അങ്ങനെയൊരു മുറിവേ കാണുന്നില്ല."

അതുകേട്ട് സിംഹം ഇങ്ങനെ പറഞ്ഞു:

"നീയെന്നെ മഴുകൊണ്ട് വെട്ടി മുറിവുണ്ടാക്കി. പക്ഷേ, ഇന്നത് പാടെ മാറി. പക്ഷേ, വാക്കുകൾ കൊണ്ടുണ്ടാവുന്ന മുറിവ് ഒരിക്കലും മായില്ല സുഹൃത്തേ. യഥാർത്ഥ മുറിവിനേക്കാൾ വലുതാണത്."

മരംവെട്ടുകാരൻ ഒന്നും മനസ്സിലാവാതെ നില്ക്കെ, സിംഹം ഇത്രയുംകൂടി പറഞ്ഞു:

"നീയന്ന് സുഹൃത്തുക്കളോട് എന്നെക്കുറിച്ച് നല്ലതൊന്നും പറയാതിരുന്നത് കേട്ട് എന്റെ മനസ്സിലുണ്ടായ മുറിവ് ഒരിക്കലും മായില്ല. അതവിടെ കിടന്ന് രക്തം വാർന്നുകൊണ്ടിരിക്കുന്നു."

അപ്പോഴാണ് മരംവെട്ടുകാരന് ആ സംഭവം ഓർമ്മവന്നത്. അയാൾ സിംഹത്തോട് മാപ്പിരന്നു. അപ്പോൾ സിംഹം ഒച്ചവെച്ചുകൊണ്ട് പറഞ്ഞു:

"എന്റെ മുമ്പിൽനിന്ന് ഓടിപ്പോകൂ. ഇല്ലെങ്കിൽ ഞാനെന്തെങ്കിലും കടുംകൈ ചെയ്തുപോകും."

ആ നിമിഷം മരംവെട്ടുകാരൻ ജീവനുംകൊണ്ട് കാട്ടിൽനിന്നും പുറത്തേക്ക് പാഞ്ഞു. പിന്നീടൊരിക്കലും അയാൾ കാട്ടിലേക്കു പോയിട്ടില്ല.

കള്ളം പറയാത്ത മനുഷ്യൻ

പണ്ട് ആഫ്രിക്കയിൽ കള്ളം പറയാത്ത ഒരു മനുഷ്യൻ ജീവിച്ചിരുന്നു. ജീവിതത്തിൽ തന്റെ ബന്ധുക്കളോടോ, നാട്ടുകാരോടോ ആരോടുപോലും അയാൾ നുണ പറഞ്ഞില്ല. ഇത് നാട്ടുകാർക്കും വീട്ടുകാർക്കും അറിയാം. അവർക്ക് അയാൾ ഒരു അത്ഭുത ജീവി തന്നെയായിരുന്നു.

തന്റെ നാട്ടിൽ കള്ളം പറയാത്ത ഒരു മനുഷ്യൻ ജീവിക്കുന്നുണ്ടെന്ന് അറിഞ്ഞപ്പോൾ നാട് ഭരിക്കുന്ന രാജാവിന് അത്ഭുതമായി. അയാളെ ഒന്നു പരീക്ഷിക്കാൻ തന്നെ രാജാവ് നിശ്ചയിച്ചു.

ഒരുനാൾ തന്റെ പട്ടാളക്കാരെ വിട്ട് ആ മനുഷ്യനെ രാജാവ് കൊട്ടാരത്തിലേക്ക് വിളിപ്പിച്ചു. അയാളെ ഒന്നു പരീക്ഷിക്കുകയായിരുന്നു രാജാവിന്റെ ലക്ഷ്യം. കൊട്ടാരത്തിൽ ഹാജരായ അയാൾ ഭവ്യതയോടെ രാജാവിന്റെ മുന്നിൽ നിന്നു.

“നീ ജീവിതത്തിൽ ഒരിക്കലും കളവു പറഞ്ഞിട്ടില്ലേ?” - രാജാവ് ചോദിച്ചു.

“ഇല്ല അങ്ങുന്നേ. ഞാനിന്നേവരെ ഒരാളോടും കളവു പറഞ്ഞിട്ടില്ല.”

“ഞാനത് തെളിയിച്ചാൽ നിന്റെ നാക്ക് ഞാൻ പിഴുതെടുക്കും. സമ്മതമാണോ?” - രാജാവ് തിരക്കി.

“സമ്മതമാണ്” -അയാൾ പറഞ്ഞു.

“എങ്കിൽ ഞാനിന്ന് ഒരു വേട്ടയ്ക്ക് പോവുകയാണ്. രാത്രിയേ തിരിച്ചുവരൂ. അതുകൊണ്ട് കൊട്ടാരത്തിൽ ചെന്ന് രാജ്ഞിയോട് എനിക്ക് വിഭവസമൃദ്ധമായ ഭക്ഷണം ഉണ്ടാക്കാൻ പറയണം.”

“പറയാം. ഇപ്പോൾ തന്നെ അടിയൻ രാജ്ഞിയെ ചെന്നു കാണാം.”

കൊട്ടാരത്തിലെത്തിയ അയാൾ രാജ്ഞിയുടെ സമീപത്തെത്തി കാര്യം പറഞ്ഞു. അപ്പോൾ രാജ്ഞി ചോദിച്ചു:

“രാജാവ് എത്ര മണിക്ക് വരുമെന്നോ, എന്ത് ആഹാരമാണ് വേണ്ടതെന്നോ പറഞ്ഞോ?

“ഇല്ല. രാജാവ് വേട്ടയ്ക്ക് പോവാനിടയുണ്ടെന്നും അത്താഴത്തിന് വരാൻ സാദ്ധ്യതയുണ്ടെന്നും ഞാൻ കരുതുന്നു. അദ്ദേഹത്തിന് ഇന്ന് ഭക്ഷണം വേണമെന്ന് ഞാൻ വിചാരിക്കുന്നുമില്ല. ഇനിയിപ്പോൾ അദ്ദേഹം വേട്ടയ്ക്കു പോവുമെന്ന കാര്യവും ഞാൻ ഉറപ്പു പറയുന്നില്ല.”

ഇത്രയും പറഞ്ഞ് അയാൾ കൊട്ടാരത്തിൽനിന്നും പുറത്തിറങ്ങി. രാജാവ് അന്ന് വേട്ടയ്ക്ക് പോയിരുന്നില്ല. നേരെ അദ്ദേഹം കൊട്ടാരത്തിലെത്തി രാജ്ഞിയോട് തിരക്കി. ആ മനുഷ്യനെ ഒന്നു പരീക്ഷിക്കാനായിരുന്നു രാജാവ് അങ്ങനെ ചെയ്തത്.

“ഒരിക്കലും നുണ പറയാത്ത ഒരു മനുഷ്യൻ ഇവിടെ വന്നിരുന്നുവോ? അയാൾ ഞാൻ വേട്ടയ്ക്കു പോവുന്നതായും ഭക്ഷണം തയ്യാറാക്കാനും പറഞ്ഞുവോ?”

“അങ്ങനെയൊന്നും ഉറപ്പിച്ചു പറഞ്ഞില്ല. എല്ലാറ്റിനും ഒരു സാദ്ധ്യതയുണ്ടെന്നേ അയാൾ പറഞ്ഞുള്ളൂ.”

താൻ വിചാരിച്ചതിനേക്കാൾ ബുദ്ധിമാനാണ് ആ മനുഷ്യനെന്ന് രാജാവിന് ബോദ്ധ്യമായി. അയാളെ രാജാവ് അഭിനന്ദിക്കുകയും സമ്മാനങ്ങൾ നല്കുകയും ചെയ്തു.

കരടിയും രാജകുമാരിയും

പണ്ടൊരിക്കൽ ആഫ്രിക്കയിലെ ഒരു വിദൂര ദേശത്ത് ഒരു കച്ചവടക്കാരൻ ജീവിച്ചിരുന്നു. അയാൾക്ക് മൂന്ന് പെൺകുട്ടികളാണ് ഉണ്ടായിരുന്നത്.

ഒരിക്കൽ അയാൾ കച്ചവടാവശ്യാർത്ഥം മറ്റൊരു രാജ്യത്തേക്ക് യാത്രപോകാൻ ഒരുങ്ങി. കുറച്ചു ദിവസങ്ങൾ കഴിഞ്ഞേ അയാൾ മടങ്ങിവരികയുള്ളൂ. തന്റെ പെൺമക്കളെ വിട്ടുപിരിയുന്നതിൽ അയാൾക്ക് സങ്കടം തോന്നി. കച്ചവടക്കാര്യമാണല്ലോ. പോവാതിരിക്കാനും കഴിയില്ല. അതുകൊണ്ട് യാത്ര തിരിക്കുന്ന ദിവസം മൂന്നു പെൺമക്കളെയും അയാൾ അരികിൽ വിളിച്ചു, എന്നിട്ട് ചോദിച്ചു:

"ഞാൻ തിരിച്ചുവരുമ്പോൾ എന്ത് സമ്മാനമാണ് നിങ്ങൾക്ക് വേണ്ടത്?"

"എനിക്കൊരു മനോഹരമായ കണ്ണാടി മതി." മൂത്തവൾ പറഞ്ഞു.

"എനിക്ക് ഒരു സ്വർണ്ണ കിരീടം." രണ്ടാമത്തവൾ അറിയിച്ചു.

ഏറ്റവും ഇളയ മകൾ ഇങ്ങനെ പറഞ്ഞു: "അച്ഛാ, എനിക്ക് വേണ്ടത് ഇതൊന്നുമല്ല. അച്ഛൻ വരുമ്പോൾ എനിക്ക് ഇതേവരെ കാണാത്ത കുറെ പൂക്കൾ കൊണ്ടുവരണം."

മൂവരുടെയും ആവശ്യങ്ങൾ കേട്ട് അയാൾ യാത്ര പറഞ്ഞിറങ്ങി. കച്ചവടമെല്ലാം കഴിഞ്ഞ് നാട്ടിലേക്ക് മടങ്ങാൻ ഒരുങ്ങുമ്പോൾ അയാൾക്ക് പെൺമക്കളുടെ സമ്മാനങ്ങൾ ഓർമ്മവന്നു. മൂത്തവൾക്കു കണ്ണാടിയും രണ്ടാമത്തവൾക്ക് സ്വർണ്ണ കിരീടവും അയാൾ വാങ്ങി. എന്നാൽ ഇളയ മകൾക്കു വേണ്ടിയുള്ള പൂവ് തേടി അയാൾ കുറെ അലഞ്ഞു. ഒടുവിലയാൾ ഒരു വനത്തിലെത്തി. അവിടെ അയാൾ മകൾ പറഞ്ഞ പൂക്കൾ കണ്ടു. ആ സുന്ദരമായ പൂവ് അയാൾ പറിക്കാൻ തുടങ്ങിയതും ഒരു ഭീകര കരടി അവിടെ പ്രത്യക്ഷപ്പെട്ടു. പൂക്കൾ പറിക്കണമെങ്കിൽ അയാളുടെ ഏതെങ്കിലും ഒരു മകളെ സമ്മാനമായി നല്കണമെന്ന് കരടി പറഞ്ഞു. ഇല്ലെങ്കിൽ കാട്ടിൽവെച്ച് അയാളെ കൊല്ലുമെന്നും കരടി ഭീഷണിപ്പെടുത്തി.

കരടിയുടെ നിബന്ധനകൾ അയാൾ അനുസരിക്കുകയും പൂക്കളുമായി അയാൾ വീട്ടിലെത്തുകയും ചെയ്തു. സമ്മാനങ്ങൾ മൂത്തമക്കൾക്ക് വിതരണം ചെയ്തു കഴിഞ്ഞ്, അയാൾ ഇളയവളെ അരികിലേക്കു വിളിച്ചു. ബാഗിൽനിന്നും അവൾക്കു വേണ്ടിയുള്ള മനോഹരമായ പുഷ്പം അയാൾ പുറത്തെടുത്തു. ഇളയവൾക്ക് വലിയ സന്തോഷമായി. അവൾ തുള്ളിച്ചാടുക പോലുമുണ്ടായി. അപ്പോൾ അയാൾ മകളോട് നടന്ന കാര്യങ്ങളെല്ലാം പറഞ്ഞു. അതുകേട്ട് അവൾക്ക് ഒട്ടും സങ്കടം വന്നില്ല. അവൾ പറഞ്ഞു:

"അച്ഛൻ വാക്കു തെറ്റിക്കേണ്ട. ഞാൻ കാട്ടിലേക്കു പോയി കരടിയുടെ കൂടെ കഴിയാം."

അങ്ങനെ അവൾ കാട്ടിലേക്കു യാത്രയായി. അവിടെ അവൾ കരടിക്കൊപ്പം സന്തോഷകരമായാണ് ജീവിച്ചത്. കരടിയാവട്ടെ തന്നെക്കുറിച്ച് ഒന്നും അവളോട് പറഞ്ഞതുമില്ല.

ഒരുനാൾ അവൾ ഒരു സ്വപ്നം കണ്ടു. തന്റെ അച്ഛൻ അപകടത്തിൽ പെട്ടതായിട്ടായിരുന്നു ആ സ്വപ്നം. എങ്ങനെയെങ്കിലും അച്ഛന്റെ അരികിലെത്താൻ അവൾക്കാഗ്രഹമായി. അവൾ തന്നെ വീട്ടിലേക്കയയ്ക്കണമെന്ന് കരടിയോട് അഭ്യർത്ഥിച്ചു. ആദ്യമൊക്കെ കരടി വിസമ്മതിച്ചെങ്കിലും അവളുടെ കണ്ണീരിനു

മുമ്പിൽ കരടി വഴങ്ങി. വെറും മൂന്ന് ദിവസംകൊണ്ട് തിരിച്ചുവരാമെന്ന വാഗ്ദാനത്തിൽ അവൾ കാട്ടിൽനിന്നും നാട്ടിലേക്കു തിരിച്ചു.

അവൾ കണ്ട സ്വപ്നം യാഥാർത്ഥ്യമായിരുന്നില്ല എന്ന് വീട്ടിലെത്തിയപ്പോഴാണ് അവൾക്ക് മനസ്സിലായത്. മകളെ കണ്ട സന്തോഷത്തിൽ അയാൾക്ക് വലിയ ആഹ്ലാദമായി. അവർ നാടും നഗരവും ചുറ്റാൻ പോയി. അങ്ങനെ ദിവസങ്ങൾ മൂന്ന് കഴിഞ്ഞുപോയത് അവളറിഞ്ഞതേയില്ല. കരടിക്കു കൊടുത്ത വാഗ്ദാനം ലംഘിച്ചതിൽ അവൾക്ക് പേടിയായി. ഇനിയെങ്ങനെ കാട്ടിൽ ചെന്ന് കരടിയെ അഭിമുഖീകരിക്കുമെന്ന ആധിയിൽ അവൾ നീറി.

തൊട്ടടുത്ത ദിവസം തന്നെ അവൾ കാട്ടിലെത്തി. വൈകിയെത്തിയതിൽ കരടി എന്തെങ്കിലും അരുതായ്ക ചെയ്യുമോ എന്ന പേടി അവൾക്കുണ്ടായിരുന്നു. എന്നാൽ അതിനെയെല്ലാം അസ്ഥാനത്താക്കി കരടി ഒരിടത്ത് ചത്തു കിടക്കുന്നതായാണ് അവൾ കണ്ടത്. കരടിയുടെ കൈയിൽ മനോഹരമായ പൂക്കൾ അവൾ കണ്ടു. അതുകണ്ട് അവൾ ഉറക്കെ കരഞ്ഞുകൊണ്ട്, കരടിയെ സ്നേഹത്തോടെ വാരിപ്പുണർന്നു. ആ സമയം കരടി പെട്ടെന്ന് എഴുന്നേല്ക്കുകയും സുന്ദരനായ ഒരു രാജകുമാരന്റെ രൂപം കൈക്കൊള്ളുകയും ചെയ്തു.

പിന്നീടവർ സന്തോഷത്തോടെ കൊട്ടാരത്തിൽ ജീവിച്ചു.

9 789387 842519

Printed by Libri Plureos GmbH in Hamburg,
Germany